दुष्काळ

(ग्रामीण कथासंग्रह)

दिलीपराज प्रकाशन प्रा.लि.[TM]

२५१ क, शनिवार पेठ, पुणे - ४११०३०

दिलीपराज प्रकाशनाची सर्व पुस्तके आता आपण Online खरेदी करू शकता. आमच्या Website ला कृपया अवश्य भेट द्या.

www.diliprajprakashan.in

दूरध्वनी क्रमांक (फॅक्ससहित) - २४४७१७२३, २४४८३९९५, २४४९५३१४

Email : - info@diliprajprakashan.in

रेखा बैजल

दुष्काळ

(ग्रामीण कथासंग्रह)

दिलीपराज प्रकाशन प्रा. लि.

२५१ क, शनिवार पेठ, पुणे - ४११ ०३०.

दुष्काळ / Dushkal

ISBN - 978 - 93 - 5117 - 091 - 4

प्रकाशक : राजीव दत्तात्रय बर्वे । मॅनेजिंग डायरेक्टर
दिलीपराज प्रकाशन प्रा. लि.
२५१ क, शनिवार पेठ, पुणे ४११०३०
दूरध्वनी : २४४८३९९५, २४४७१७२३ (सर्व फॅक्ससहित)

प्रकाशन दिनांक : १५ डिसेंबर २०१५

प्रकाशन क्रमांक : २२३७

मुद्रक : Repro India Ltd, Mumbai.

टाईपसेटिंग : सौ. मधुमिता राजीव बर्वे । पितृछाया मुद्रणालय ।
९०९, रविवार पेठ, पुणे ४११००२

मुद्रितशोधन : पूजा कुलकर्णी

मुखपृष्ठ : सुहास चांडक

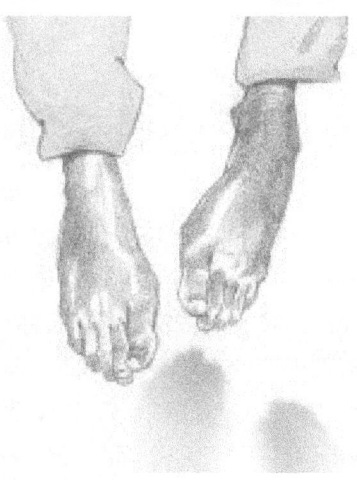

"निसर्गाशी लढताना

अखेर हार पत्करून

ज्यांनी मृत्यूला कवटाळलं

त्या सर्व शेतकऱ्यांच्या स्मृतीस."

मनोगत

'है सबसे मधुर वो गीत जिन्हें हम दर्द के सुरमें गाते है' हे काव्यात ऐकताना बरं वाटतं पण जगताना, दु:ख भोगणाऱ्याला त्या दु:खाचा दाह कळत असतो. चाळीसच्या वर वर्षं मराठवाड्यात 'काढली' आहेत. इथल्या शेतकऱ्यांचं जगणं बघते आहे. जेव्हा निसर्गच आव्हान म्हणून पुढे उभा राहातो तेव्हा माणूस किती तोकडा पडतो हे दरवर्षी कोरड्या पावसाळ्यात पाहत आले आहे. शेतकऱ्यांची नांगरट होऊन उसासणारी शेतं, तळकाठ दिसणारी विहीर, पोटलीत बांधलेली बियाणं, लग्नाला आलेली पोर आणि खुद्द शेतकरी असावून मान वर करून आकाशाकडे पाहत असतात. त्याचं अख्खं जीवन त्या बियाणाच्या पोटलीत बांधलेलं असतं.

बायाबापड्या, पोटुशा पोरी डोक्यावर, कमरेवर घागर घेऊन मैलोन्मैल पाण्यासाठी वणवणतात. पाण्याचा टँकर आला की पाण्यासाठी भांडणं करून एकमेकांना माणसं मारतात, रात्रं रात्रं पाण्याच्या हपशावर पाणी काढतात, दिवसभर लोडशेडिंग असल्यानं रात्री पिकाला पाणी देताना अंधारात साप चावून माणसं मरतात, पोटच्या पोरासारख्या सांभाळलेल्या गुरांना चाऱ्याअभावी चारा छावणीत चार महिने ठेवतात आणि पाण्याच्या तुटवड्यानं पीकपेरा न झाल्यानं दूर प्रदेशात (पश्चिम महाराष्ट्रात) ऊस तोडीला जाताना 'बालगृहा'त मुलांना वर्षानुवर्षं आईवडील ठेवतात हे चित्रं मी पाहाते आहे, नव्हे अनुभवते आहे. आमची शेती असल्यानं शेतकऱ्याचं दु:ख काय असतं... दोन पानं उगवायची वाट शेतकरी कसा पाहातो हे मी जाणलंय. पाच वर्षांपासून बालगृहाशी जोडल्या गेल्यानं आईवडिलांपासून दुरावलेल्या मुलांची अवस्था पाहाते आहे.

काही गावांत तर अगदी पाणी नसतं. आठशे फूट खोल बोअर घेऊन चारशे (४००) वर्षांपूर्वीचं पृथ्वीच्या पोटात साठलेलं पाणी काढलं जातं, तेही अपुरं, अशा गावातल्या मुलांची लग्न होत नाही. आपल्या

मुलीला पाणी नसणाऱ्या गावात नांदायला कोण पाठवणार?

मराठवाड्यातल्या कोणत्याही माणसाला देव प्रसन्न झाला आणि 'वर माग' म्हटलं तर तो पाणीच मागेल, पाणी नाही म्हणून कारखाने नाहीत, स्वच्छता नाही, दूधदुभते नाही, विकास नाही. मराठवाड्यातल्या माणसाला म्हणून शेतीवरच अवलंबून राहावं लागतं, हे दुर्दैव आहे.

उन्हाळ्यात तर खेड्याच्या खेडी उठून जालन्यासारख्या शहर गावी येतात. मोठ्या झाडाखाली वस्तीला राहातात. भीक मागणाऱ्याचं, चोऱ्यांचं प्रमाण वाढतं. पाण्याचीही चोरी होते.

सध्या शेततळी, बांधारे, रेन वॉटर हार्वेस्टिंग यांसारखे अनेक उपक्रम हाती घेतले जात आहेत, तलावांचा गाळ काढला जातो आहे लोक सहभागातून.

हातांची ओंजळ तयार आहे पण वरून पाणी पडावं तेव्हा खरं ना!

'सुजलाम् सुफलाम् सस्यशामलाम्' यातला पहिला शब्द 'सुजलाम्' हा महत्त्वाचा, ते नसलं तर सुफल, सस्यशामलही नाही.

या परिस्थितीवर उपाय काय असू शकेल म्हणून 'जलपर्व' ही कादंबरी २००४ मध्ये लिहिली होती.

पण गेल्या चार वर्षांत मराठवाड्याच्या भूमीत बीजाऐवजी दुष्काळ पेरला गेला. पिकाऐवजी मरण उगवून आलं.

त्या अश्रूतून 'दुष्काळ' मधल्या कथा लिहिल्या गेल्या. प्रत्येक कथेतलं आयुष्य आणि दुःख मी पाहिलं आहे. म्हणून अर्पणपत्रिका ही त्या दुःखालाच अर्पण केली आहे.

- रेखा बैजल

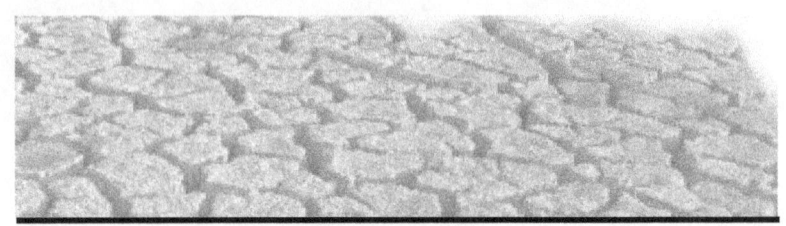

• अनुक्रमणिका •

१. दुष्काळ

तानीचे नऊ महिने भरले होते. पोट तट्ट झालं होतं, तिचे बाळंतपणाचे दिवस जवळ आले होते, ती अस्वस्थ होत होती. आबा दररोज तिच्या पोटाला हात लावून पाहत होते. अखेर एक दिवस त्यांनी झोपडीतल्या चुलीसमोर भाकरी थापणाऱ्या रखमाला ओरडून सांगितलं, "आज, उद्यात तानी जनणार बरं का रखमा. गूळ, बाजरी पोराच्या हातून मागवून घे."

"बरं बरं, पोराच्या हातून का, मीच आणते की, सोताच्या पोरींची बाळंतपणं केली आता तानीचं करते."

आबा झोपडीत आले.

"कामुन कंटाळलीस व्हय बाळंतपणं करून?"

"आता उटारेटा व्हत न्हाई बगा. नशिबाला एखादं पोर असतं तर सून आली असती, तिच्या हातची भाकरी खाल्ली असती आयती. पण समद्या पोरी झाल्या न् गेल्या आपल्या सासरी. मायबाप बसले इकडं रिकामं खोपटं सांभाळत."

रखमाचं बोलणं नेहमीच्या वळणावर आलं तशी आबा उसायला.

"ह्ये बग रखमे..."

"आता बगा, यवढं वय झालं तरी मला नावानं बोलावता, त्ये बी रखमे म्हणून. सून असती तं आसं नावानं बोलावलं असतं व्हय? काई तं मनाची ठेवून 'अशक्याची माय' न्हाय तं 'संतोषची माय' आसं काई म्हणाले असते."

"मग आता बी म्हंतोना शारदेची माय. पण येक सांगू रखमे, नावानं बोलवाया कसं बरं वाटतं."

"व्हय...लोणचं मुराया लागतं तसं आंबट लागाया लागतं तसं झालं हाय तुमचं." लटक्या रागानं रखमा म्हणाली तसे आबा हसले.

"बरं हाय सून न्हाई आपल्याला, तुजं नाव तं घेता येतं. न्हाईतं सुनवास

झाला असता बघ. बरं ते जाऊ दे. थोडा च्या टाक. च्या घेतो न् मीच आणून देतो बाजरी न् गूळ. बाळंत झाल्या क्षणी तानीला भूक लागल, खड्डा पडतो न्हवं पोटात.''

रखमाला हसू आलं.

''आसं? बरं झालं सांगितलं, माज्या पोरी पोटातून भायेर आल्याच नव्हत्या, भायेर गाडग्यात नऊ म्हयने त्या वाढल्या.''

''कौरवावानी?''

''न्हाय बा... गुणाच्या माज्या पोरी. दुर्योधन जलमल्यापेक्षा पोरी नादर, साध्या-सुध्या.''

''आता कसं बोललीस, अगं सरकार, समदे शिक्षक बी त्येच सांगतेत, पोरगा-पोरगी सारखेच. शेहरामंदी तं पोरी आई बापले सांभाळतेत.''

''हां, ते शेहरामंदी, इथं गावाकडं काय टाप हाय पोरीकडं जाऊन ऱ्हायची. सारे जात बिरादरवाले टोचून टोचून खाऊन टाकतील.''

लटकं बोलणं होईतो चहा झाला.

चहा घेऊन आबा बाहेर पडले. वाण्याच्या दुकानात जाता जाता आबा इकडे तिकडे पाहत होते.

त्यांना बाजारकट्ट्याजवळ एक कडब्याची गाडी उभी दिसली.

आबांचे पाय नकळत तिकडे वळले. कडब्याच्या गाडीला माणसं झोंबत होती. कडबेवाल्याला बोलायला वेळ नव्हता. किती दिवसानं कडबा नजरेला पडत होता.

''कसा दिला बाबा कडबा?''

''दोन हजार- दोन हजार.'' कडबेवाला ओरडला.

''दोन हजाराच्या किती हजार?''

''आरं आज्या, कुठल्या जमान्यात जगू ऱ्हायलास रं? तो भाव जाऊन लई वर्स झाली. दोन हजार रुपये शेकडा हाय शेकडाऽऽ'' कडबेवाला म्हणाला.

आबानं आ वासला.

''आता दोन हजार रुपये शेकडा? म्हंजी...''

''ईस रुपयाची एक पेंडी.''

''बाप्पा आरं पेंडीचा भाव हाय का गव्हाचा भाव हाये?''

''आबा, दुष्काळात कडबा मिळतो ह्येच लई झालं. किती दिसानं कडबा मोंढ्यात मिळाला. तिकडं जालन्यात. लगोलग घेऊन आलो. इकडं आपली गुरं

भुकेजली हायती...''

"लईचं गुरांचा कळवळा असल्यागत बोलतो रं!''

"आबा, तुमच्या गुरावानी मला बी पोट हाये. दोन पैसे मिळवाया मी बी धडपड करतो. आता घ्यायची तं घ्या- न्हाई तं द्या सोडून. पाच मिन्टात गाडी रिकामी व्हती बगा."

आबानं खिसा चाचपला. पैशाचा अंदाज घेतला.

"आसं कर चार पेंड्या दे, दोन सकाळच्याला आन दोन सांच्याला, बाकी बाजरी, गूळ...''

"गाभण हाय जणू? बाजरी, गूळ म्हंताय म्हणून इच्यारतो.''

"व्हय आज-उद्याचा ठेपा हाय जनण्याचा.''

आबानं पेंड्या घेतल्या, गूळ, बाजरी घेतली. आबा घरी आले.

आल्या आल्या एक पेंडी सोडून तानीच्या पुढ्यात टाकली. नाकानं उसासे सोडत, माती बाजूला सारत तानीनं पेंडीला तोंड लावलं.

'खाऊन घे माय. बाळंत व्हशील तेव्हा शक्ती पाह्यजेल न्हवं?''

रखमाला हसू येत होतं.

"हसती काय?''

"माझ्या वख्ताला असे माझे लाड नाही केले. बाईच्या परता गाईच्या जन्माला आले असते तं बरं झालं असतं वाटाया लागलं; पण काईबी म्हणा लईच जीव तुमचा जनावरांवर!''

"खरं हाय रखमे. अगं मुकी जनावरं राबतेत, काम करतेत, वासराच्या तोंडचं दूध आपल्याला देतेत. परोपकाराचा गून शिकन्यावाणी हाय बघ. माणसाला जीव लावण्यापरीस जनावराला लावावा.''

"खरं हाय.''

"त्यान्चं दु:ख, हवं नको आपण बी जाणून घ्यावं. ही तानी गर्भारपणाचे नऊ म्हयने घेती, हीच म्हैस असती तं दहा म्हयने घेतले असते, हीच तानी बकरी असती तं पाच म्हयने घेतले असते न् तीन-चार कोकरं दिली असती, हीच तानी कुत्री असती तं...''

"पुरं...तानीला कुत्र्या, मांजरापर्यंत नका नेऊ. तानी गाय हाय तेच बरं. पण...खरंच आपण बकऱ्या पाळल्या असत्या तं बरं झालं असतं. पाच म्हयन्यात चार-पाच कोकरं मिळाली असती.''

"रखमे, बकऱ्या कामुन पाळतात?''

"कामुन?"

"बकऱ्या मोठ्या झाल्या की खाटकाकडे नेतात. बकऱ्यान्ला तेवढ्यासाठीतं पाळलं जातं. जनावरान्ला जीव लावा आन् खाटकाला इका असं पाप कराया नको."

"त्ये बी खरंच हाय."

बोलणं चालू असतानाच तानी हंबरली. तिचं ते जीव तोडून हंबरणं आबानं ताडलं.

"रखमे, बाजरी शिजाया ठेव, तानी वेणा द्याया लागली बघ."

ooo

तानीनं दिलेलं वासरू साऱ्या अंगणात हुंदडायला लागलं. एवढंसं वासरू, पांढरा रंग त्यावर काळे ठिपके असलं. कुणी मुद्दाम चित्र रंगवावं तसं ते भासत होतं. बारीक उगवू लागलेल्या शिंगांनी त्यानं जमीन उकरणं, मध्येच कान ताठ करून इकडे तिकडे पाहणं, आपल्या आईला खेटणं, मध्येच अंगात वारं शिरल्यासारखं पळत राहाणं सारं आबा कौतुकानं पाहत होता. ढुशा मारत ते तानीचं दूध पीत असताना आबा भरल्या मनानं पाहायचा.

दोन आचळ त्यानं प्यायले की दोन आचळाचं दूध तो काढून द्यायचा.

"का गं रखमाबाई..."

"आज येकदम रखमाबाई."

"न्हाई तुमी आजी झाल्या न्हवं."

"नव्यानं झाले व्हय! माज्या पोरींची नातवंडं हायती की मला." ती रागावून म्हणाली.

"अगं हे अंगणात हुंदडणारं नातवंड आपलं."

"तुमचं असंल, ...हा. हाये गोरं गोमटं."

"लोकान्ला बी लई आवडतं... बरं काय म्हणत व्हता आबाजी?"

"तानी दूध कमी द्याया लागली."

आता मात्र रखमाचा चेहरा उतरला.

"गोऱ्ह्याकडं पाहत राहाता, तानीकडे लक्ष कुठं हाय तुमचं? तिला वैरण कमी पडते. तिची खांद्याची, कमरेची हाडं वर यायलीत बघा..."

त्यानं तानीकडे नजर टाकली.

तानीच्या काळ्याभोर डोळ्यांत करुणा साठली होती.

काय करावं आता?

“आसा दुष्काळ पडलाय की वैरणबी मिळं ना झाली.”

“तुम्ही वैरणीचं म्हन्ता, आवं लोकास्नी, जनावरास्नी पाणी प्याया मिळंना झालं. तानीचं न् आपलं कसंबसं भागतंय, टोपल्यात माती लावून मी न्हाते व ते पाणी तानीला प्याया देते. पाणी आणणार कोठून?”

आबानं डोक्यावरून हात फिरवला, वासरांकडे पाहिलं. ‘हरण्याबी उतरला’ ते मनाशीच म्हणाले आणि ते एकदमच उठले. डोक्याला मुंडासे बांधले.

“आता या उन्हाच्या वक्ताला कुठं?”

तानीला घेऊन आबा चाललेले लोक पाहत होते.

“काय आबा, गाय इकायलेत जनू...” कोणी विचारत होतं.

“न्हाई बाबा...गावाबाह्येर नेतो. कुठं झाडपाला मिळालं तं बघतो.”

“आबा ऽऽ, आता झाडपाला कसला शोधता, जनावरांनी बाभळी-बोरीची झाडं बी नाही सोडली.”

आबा गप्प बसून पुढे निघाले. गावाबाहेर आले. त्यांची दृष्टी शोध घेत होती. जमिनीवरचा हिरवा रंगच उडून गेला होता. जिकडे पाहावं तिकडे भेगाळलेली जमीन दिसत होती.जमिनीच्या वर मृगजळ दिसत होतं. झाडं होतं. कुठं वाळल्या गवताला तानी तोंड लावत होती. तोंडात माती जात होती. तानी फुत्कारून माती उडवत होती.

आबा घरी परतला.

ooo

आणखी काही दिवस झाले. पेंडीचे भाव आणखी वाढले. आता तानीला जोपासणं होईना. तानीचं दूधही आटलं.

“रखमे, काय करावं गं तानीचं? बघ ना निस्ती हाडकं अन् कातडं उरलंय, आन ह्यो हरण्या... आपलं लाडाचं लेकरू बी उतरू लागलंय...”

रखमा तरी काय सांगणार? दुष्काळानं त्यांचे शब्दही चोरून नेले होते.

सकाळचाच म्हाद्या आबांकडे घाईनं आला.

“आबा, वाईचं तंबाखू द्या...”

“काय काम काढलं?” आबा

“काही नाही बाबा. दुष्काळ कोन्तबी काम काढू दीना झाला. जनावरं मराया टेकली. काय करावं कळंना झालं. तिकडून विदर्भाकून जनावरं भाव पाडून इकत घ्याया लागली.” म्हाद्या

“विदर्भाकून म्हंजी?”

“नागपुराकून-अकोल्याकून, मी म्हन्लं इकून टाकावी जनावरं. हिथं मरायला ठेवण्यापेक्षा तिकडे ग्येलेली परवडली.” म्हाद्या

“पन तिकडं तरी काय करतेत जनावरांचं?” आबांनी विचारलं.

“काय म्हायती? खाऊ घालतेत की काय करतेत द्येव जाने.”

“पन कानावर आलंय की कातडं लई कमवायलेत लोक. मंग तरी बी जनावरं द्याची?”आबा कळवळून म्हणाले.

“आबा, तशीबी जनावरं फुकटची मराया लागली मग पैसे घेऊन तरी मेली तं...” बोलता बोलता म्हाद्या गप्प झाला.

“माय मरो या दुष्काळाची, सारेच लोक खाटीक व्हायलेत. आपणबी झालोत खाटीक, आबा. आपली पोटच्या पोरावानी जपलेली जनावरं इकाया लागतात... ती बी खाटकाला.”

म्हाद्या बोलता बोलता गप्प झाला. त्याची दृष्टी जमीन उसवू लागली.

रात्रभर आबांना चैन पडत नव्हतं. ते तळमळत होते.

मध्येच रखमानं उठून विचारलं,“काय झालं वं?”

“रखमे, तानीचं काय करावं? मराया टेकलीय...”

“येक सांगू?”

“हं...महादबा आल्ते न्हवं...तानीला त्ये म्हंतेत तसं...”

“कसायाला इकू?”

“कसं सांगावं तुम्हाला...जीभ जड व्हायली पण बोलल्या बिगर ऱ्हावत न्हाई. तानीचे आलेले पैसे हरण्यासाठी वापरू. आपण ह्यातला एक बी पैसा न्हाई वापरायचा. जवर सांभाळता यील सांभाळू. आवं येक पाऊस पडला की रान हिरवं होतं.”

“त्यासाठी मोप दोन म्हयने हायती...”

“मंग बगा...तुमच्या इच्यारानं घ्या.”

रात्रभर आबा विचारातच होते. अखेर जड अंगानं सकाळी आबा उठले. देह ओढत न्यावा तसं सकाळचं सगळं आटोपलं.”

“काय झालं वं? बरं न्हाई की काय?” रखमानं विचारलं. आबांनी तिच्याकडे हताशपणे पाहिलं.

“तानीला घेऊन जातो.”

रखमाही जडशील झाली. आबांनी मुंडासं बांधलं.

"रखमा, भाकरीचा तुकडा आण..."

रखमानं भाकर आणली.

"खा ताने, माझ्या घरचं तुझं नशीब संपलं बघ. खाऊन घे आखरी बारची कोरभर भाकर. आता तुझं नशीब मी कसायाच्या हवाली करतोय. जा माय जवा तुजा नंबर लागल तवा तुझं आयुष्य सरंल." आबांचे डोळे भरून आले. रखमाला हुंदका फुटला.

रखमानं तानीच्या अंगावरून हात फिरवला. तानीनं आपली चरचरीत जीभ बाहेर काढली. हात चाटला.

"चल माय..." दाटून आलेल्या गळ्यानं आबा म्हणाले.

तानीनं पुन्हा कधीही न येण्यासाठी घराचा उंबरा ओलांडला.

०००

दिवस अवघड होते. प्राणांशी बेतण्याचे होते. गावाची स्थिती एवढी अवघड झाली होती, की काही कुटुंबं उठून दुसऱ्या गावी जात होती. झाडाखाली चूल मांडत होती, उन्हाच्या झळा सहन करत उघड्यावर राहत होती. कुठं काम मिळालं तर धडपडत होती. जगण्याचा कस लागत होता. आठ दिवस काही खाल्लं नाही तरी माणूस जगू शकतो, हे लोकांना कळू लागलं होतं. आबाचंही जगणं असंच झालं होतं. घरातला दाणागोटा संपला होता. आपण खावं की हरण्याला द्यावं याचा विचार करावा लागत होता.

हरण्या उड्या मारायचा, खेळायचा. पण पहिला जोश गेला. त्यात तानी गेल्यानं दुधालाही मुकला होता. त्याचं बाळसंही झपाट्यानं उतरू लागलं. कधी भुकेनं तो मान टाकून चुपचाप बसू लागला. अशा वेळी आबा एखादा चतकोर त्याला देऊ लागले. पेंडीच्या शोधात जात होते. पण आता पेंड्या येणंही बंद झालं होतं.

फक्त हरण्याच नाही, तर आबा, रखमाही अर्धपोटी राहू लागले.

हरण्याला घास भरवणाऱ्या आबांचा हात हरण्याला घास देताना आखडू लागला.

"रखमा, काय करावं आता?"

रखमानं मान खाली घातली.

"काय सांगू? आपल्या तिघान्ला बी उपासमार व्हाया लागली. काही पैसा बी उरला न्हाई."

दोघं उदासून बसले. थोड्या वेळानं रखमा घराबाहेर पडली. तासाभरानं घरात आली.

तिनं चूल पेटवली. पोळ्या टाकायला सुरुवात केली. आबा गावात चक्कर मारून आले तं पोळ्यांचा वास नाकात गेला. पोटातली भूक खवळून आली.

"आज पोळ्या केल्या व्हयं?"

"हा जोंधळे गव्हापेक्षा महाग झाले न्हवं."

"बरं वाढ बिगीनं आता राहावत न्हाई बग."

रखमानं ठेच्यासोबत पोळी समोर सरकवली. घाईघाईनं आबांनी चार घास खाल्ले आणि जेवता जेवता ते थबकले.

"पैसे कुठून आणले गं रखमे?"

रखमा गप्प.

"रखमा, गव्हासाठी पैसे कुठून घेतले?" आबांचा आवाज शंकेनं चढला.

"तानीचे आलेले पैसे..." रखमाला पुढे बोलवेना.

हातातला घास आबांनी खाली ठेवला.

ताटाला हात जोडत ताट पुढे ढकललं.

अंगणात येऊन ते रडू लागले.

"मी काय करू सांगा?" रखमा त्यांच्याजवळ येत रडवेल्या स्वरात उद्गारली.

"कोणी काय करावं कळंना झालंय. तानीला लेकावाणी वाढवली, कसायाला इकावी लागली, हे दुर्दैव आन् तिच्या पैशाचं अन्न आपण खावं! देवा काय मांडलंस आमच्या नशिबात! पोळीच्या घासाच्या जागी तानीचं मांस दिसू लागलं. कसं खावं रखमा..." आबा डोळे पुसत होते.

"येक काम कर माझ्या वाटच्या पोळ्या खाऊ घाल हरण्याला... आण पोळी मीच माज्या हातानं खाऊ घालतो."

आबा एकेक घास हरण्याला खाऊ घालू लागले.

रात्र मुकाट गेली. दिवसही तसाच उगवला. जणू दिवस-रात्रीनं त्यांची काही चोरीच केली होती. उदासवाणी नजर खाली फिरवून दिवस जाऊ लागला.

संध्याकाळचे पाच वाजले तशी बाजेवरून आबा उठले. त्यांनी हरण्याची दावण सोडली.

"कुठं चाललात?"

आबानं काहीच उत्तर दिलं नाही.

"भाकर हाये का?" त्यांनी विचारलं.

"कोरभर असंल..."

"दे..."

रखमानं आणलेली चतकोर भाकर आबानं हरण्याला खाऊ घातली. त्याच्या अंगावरून ते हात फिरवत राहिले.

"चला... हरणोबा, रखमाईला एकवार पिरेम करून घ्या."

त्यांनी हरण्याला रखमाजवळ आणलं. हरण्यानं आपली चरचरीत जीभ रखमाच्या हातावरून फिरवली.

"कुटं चालला सांगाल की न्हाई!"

"खाटकाकडं न्हाई येवडं ध्यानात घे..."

रखमा काही विचारू पाहत होती; पण आबानं हरण्यासह उंबरठा ओलांडला.

दोन कोस चालून आबा जंगलाजवळ आले. झाडांची अमाप खोडं उभी होती म्हणून जंगल म्हणायचं. बाकी झाडं खराट्यागत झाली होती. आतवर कोठे जीवनाची चाहूल येत होती. सावलीत कुठं मुठं लहानगं झुडूप उगवलं होतं.

आबांनी हरण्याला कवटाळलं, त्याचे मुके घेतले. हरण्या माझ्या बाळा, जा तिकडं जंगलात जा. आजवर तुझी दावण अंगणातल्या खुंट्याला बांधली होती. पण आज ती सोडली. आता ती दावण तुझ्या नशिबाला बांधली बग. तुझी हाडकं दिसाया लागली. तुला खंगत जाताना न्हाई पाहू शकत बाबा मी आणि कुणाला इकू म्हणावं तं माझ्या हातानं तुझ्या मरण्यावर सही केल्यागत व्हणार. आमचं काय व्हईल ते आमच्या नशिबानं, तू तुजं नशीब जंगलात शोध बाबा. काही वाळकं चिळकं मिळालं तर खा... तगून ऱ्हा. पण जंगलातही बाकी जनावरं...? हरण्या, त्यांच्या तोंडून जगला वाचला तं...कधी ये राज्या शोधत घराकडं पाणी पाऊस घेऊन. चिखलाचे पाय घेऊन. तुझा खुट्टा तसाच ऱ्हाऊन दीन. पण आता, या वख्ताला मी हरलो राज्या. तुला असं जंगलाच्या तोंडी दिलं...पण कसाया परीस जंगल बरं ना हरण्या. काई व्हणार न्हाई तुला. काई व्हणार न्हाई राज्या, माजा आशीरवाद हाय बग तुला. तुझ्या आईच्या पोटातून या हातांनी ओढून काढलं बग तुला. आज त्याच हातांनी दूर ढकलतोय. मोप जग राज्या मोप जग. आशीरवादाखेरीज हायच काय माज्याजवळ? जा बाबा जा." त्यांनी हरण्याला जंगलाकडे ढकललं. हरण्या सुकलेला पाला शोधून खाऊ लागला.

आबांनी तोंड फिरवलं. ऐन संध्याकाळी अवचित आलेल्या मृगजळात गुदमरत ते परतू लागले.

◆◆◆

२. पाणी पाणी रे

रात्र अगदी भराला आली होती. बारापर्यंत बोलत असणारे टीव्ही बंद झाले. एक-दीडपर्यंत एवढ्या तेवढ्या चाहुलीनं भुंकणारी कुत्री आता पायात डोकं खुपसून झोपली होती. सगळ्या कॉलनीच्या खिडक्यांनी आपले प्रकाशाचे डोळे मिटले होते

आणि नेमक्या अशा वेळी झोपडपट्टीतल्या दोन झोपड्यांना जाग आली होती. इतर झोपड्यांना जाग येऊ नये, असे त्यांचे प्रयत्न होते.

"जिवा, घेतलं का सामान?" रामानं कुजबुजतं विचारलं.

"हो हो, बघ...," जिवानं जवळचं सामान दाखवलं. रामानं सामानावर नजर टाकली.

"दोर घेतलाय न्हवं?"

"हा काय!"

"हां, चलायचं मंग..."

"व्हय, पोरान्ला आन् घरच्या लक्ष्म्याला उठवू मग...?"

"पोरान्ले नको उठवू...उगं कालवा करतील, लोकान्ले जाग यील. लक्ष्म्याला न् पोरीले उठवं...मी बी उठवतो."

रामा घाईनं जिवाच्या झोपडीच्या बाहेर पडला आणि आपल्या झोपडीत गेला.

"चल येसू...चल बिगीनं आणि यमुनेलाबी घे सोबत..."

"व्हय..."

ते सगळे निघाले. झोपडपट्टीत अंधार होता. रस्त्यावर सोडलेलं सांडपाणी कुठं कुठं साचलं होतं. उकिरड्यावर डुकरं शांतपणे पहुडली होती.

झोपडपट्टीच्या कोपऱ्याशीच एक लाकडाची वखार होती. झोपडपट्टीतल्या

लोकांच्या चुलीसाठी लाकडं तिथूनच जायची. त्या वखारीच्या मालकाचीच एक हातगाडी तिथल्या खांबाला बांधून ठेवली होती. अंधाराला सरावलेल्या डोळ्यांनी ती हातगाडी बरोबर हेरली. त्या बांधलेल्या दोरीच्या गाठी त्यांनी सोडल्या. हातगाडी मोकळी केली.

"जिवा, उचल हातगाडी..." झोपडपट्टीच्या बाहेर पडलो की खाली ठेवू, तिची खडखड लईच होती."

'हां...' दोघांनी मिळून हातगाडी उचलली. ते सगळेजण झोपडपट्टीच्या बाहेर येऊन रस्त्याला लागले. हातगाडी रस्त्यावरून चालू लागली. हातगाडीवर सगळं सामान ठेवलं. ते सहा-सात जणं गप्प राहून रस्ता कापत होते. पाहता पाहता ते एका कॉलनीपाशी पोहोचले.

कॉलनीतील एका घराच्या कुंपणाशी ते थांबले. त्यांच्या पायरवानंच अंगणात झोपलेल्या कुत्र्यानं आपले कान ताठ केले. येणाऱ्याला धाक दाखवायला ते थोडं गुरगुरलं. अधिक जवळ आलात तर मी भुंकेन, तो गुरगुरण्यात सांगत होता.

"हिथं नको, चलं म्होरं... दुसरं घर पाहू या, ह्ये कुत्तरंडं सालंऽऽ" तो कुजबुजला.

ते सर्व आणखी पुढे गेले. एका घराच्या कंपाऊंडपाशी थांबले. इथं कुत्र्याचा आवाज ऐकू आला नाही.

"हिथं पाहू या का?..."

"व्हयं..."

"तू जातो, का मी?" जिवानं रामाला विचारलं.

"काल मी गेल्तो, आज तू जा"- रामा.

"बरं तसं..."

जिवा कंपाऊंडच्या भिंतीवरून अलगद आत उतरला. त्या अंधारात तो अदमासत चाचपडत फिरत होता आणि एकदम त्याचा चेहरा उजळला. मांजराच्या पावलानं तो लगबगीनं कंपाऊंडच्या बाजूला आला.

"रामा, दे तो पाइप..." तो हळूच म्हणाला.

"व्हयं..."

रामानं पाइपचं एक टोक जिवाच्या हाती दिलं. जिवानं तो पाइप घेतला. अलगद ओढत त्याला सापडलेल्या नळापाशी आणला. पाइप नळाला जोडून सुरू केला.

पाइपमधून पाणी येऊ लागलं. तशी पटकन येसूनं आपल्या भांड्यात पाईप सोडला. भांडं भरलं, मग पारूनं आपलं भांडं भरून घेतलं. मग तानी समोर आली. हळूहळू एकेक भांडं भरू लागलं. भरलेलं भांडं हातगाडीवर ठेवलं जात होतं. दोन भांडी राहिली आणि एकदम बंगल्याला जाग आली. अंगणातले दिवे एकदम झगमगून आले. जिवा बावरला. त्यानं पटकन पाइप काढला. तो धावत कंपाऊंडवजळ आला. त्यानं पाइप बाहेर फेकला.

"बिगीनं जावां, लोक उठल्ये..." जिवा ओरडला.

"पारू, येसू तुम्ही जावा. मी जिवाच्या सोबतीला राहातो. जावा पटकन," रामानं क्षणात निर्णय घेतला आणि जिवाच्या सोबत राहून येणाऱ्या प्रसंगाला तोंड द्यायचा निर्णय घेतला."

बायकांनी वेळ ओळखली. पोरी आणि त्या हातगाडी पळवू लागल्या. भांड्यांचा खडखडाट रात्रीच्या निरवतेत ऐकू येत होता.

"अरे, पाणी चोरता होय, तरी आम्ही म्हणतो की रोज सकाळी आमची टाकी रिकामी कशी होते? चांगला पाइप आणून हातगाडी, भांडी आणून पाणी भरणं चाललंय. आज आम्ही नजर ठेवून होतो. बंगल्यातल्या दोघांनी जिवाला पकडलं. बोलता बोलता त्यांचा हातही जिवावर उठला होता. तेवढ्यात रामानं आत उडी घेतली.

"मालक...मालक...नका मारू..."

"तू पण सोबत आहेस होय? पकडा रे त्याला आणि पोलिसांना बोलवा."

आता मात्र दोघांचं धाबं दणाणलं.

"न्हाई साहेब, पोलिसांना नका बोलावू, आमी काय चोर न्हाई," ते काकुळतीला येऊन म्हणू लागले.

"मग एवढ्या रात्री का आला होता?"

"आता तुम्ही तं जाणताच, पानी न्याया आलतो..."

"पाणी चोरायला..."

"आता, तसं म्हना, पन काय करावं साहेब... तुम्हीच सांगा, भूक सहन व्हती दोन दिवस, पण तहान...दोन महिने झाले पानी न्हाय, आसंच कुठून कुठून पाणी न्याया लागतं," रामा.

"चोरून..."

"तसंच म्हणा, पण जमिनीला तुमच्या आवारात पान्हा फुटतो ना...आमच्या बोरिंगीत पान्हा आटतो तं काय करावं! जरा कुटं बोरिंगला पानी आलं ते

माणसाचं मव्हळ नळाला लागतं. तोंड वलं बी व्हत न्हाय, काय करणार? एवढ्या वेळ जाऊ द्या. जगन्याचीच निकड झाली तं काय करावं? चोरी करनारी मान्स न्हाईत आम्ही. घरात समदं हाय एक पानी सोडून. मागचा उन्हाळा कोरडा ग्येला...ह्यो असा चालला... आमी पाहावं कुणाकडं? पोलीसान्ले नका बोलवू बापानू पुन्ना न्हाई येणार तुमच्या आवारात...!''

दोघं त्यांच्या पाया पडत होते.

''बरं जा, पण पुन्हा पाऊल ठेवलं तर खरंच पोलिसांना बोलावू आम्ही.''

''न्हाई, तशी येळ न्हाई यायची...लई उपकार झाले तुमचे...'' दोघं वारंवार हात जोडत कंपाऊंड बाहेर पडले.

OOO

''चल बिगीनं... आता या दोघांचं काय व्हत देव जाणे. लवकर पानी खोपटात ठिऊ आन् बगू काय झालं ते. कुनी मारहान करू न्हाई. जीव अडकलाय बग...पन पानी आधी पोहोचविलं पाहिजे, पारू म्हणाली. दोघींचं हृदय धडधडत होतं.

एक ओठांनी बोलत होती. एक मनात बोलत होती.

पोरींचा जीवही टांगणीला लागला होता.

घाईनं येता येता भांडी हिंदकळत होती. आवाज येत होता. पाहाता पाहाता त्या चौघी लाकडाच्या वखारीपाशी पोहोचल्या आणि त्यांचे पाय खिळले. वखारीच्या बाहेर रशिदमियाँ उभा होता.

दोघी त्याच्याकडे बघत होत्या. तो त्यांच्याकडे बघत होता.

''आओ ना आगे. कायकु रूक गये? कुछ गलती किये क्या...?''

दोघींच्या डोळ्यांत पाणी आलं.

''माफी करना रशिदमियाँ...'' दोघींनी हात जोडले... मुली खाली मान घालून जमीन टोकरू लागल्या.

''चुराके ले के गये क्या हातगाडी?...''

''नहीं, रशिदमियाँ...चोरून नेली असती तं परत कामुन आनली असती?- पानी जान ले रहा अपनी. कॉलनीतून पाणी आणाया गेलो तं बंगल्यावाल्यांनी त्या दोघास्नी पकडलं. आता काय करतेत काय म्हायती...? मारतेत की पोलिसांमध्ये...?''

दोघींना रडू फुटलं.

“क्या दोनोंको पकडे?... जाओ, पानी लेकर जा तो, मैं देखता हूँ, क्या हुआ तो...” रशिदनं पायात चपला सरकवल्या, हातात काठी घेतली.

त्या हातगाडी ढकलत पुढे आल्या न् पारू मटकन खाली बसली. तिच्या पायातलं जणू त्राणच गेलं.

“आता, काय झालं वं तुला?...”

“आगं, आता ध्येनात आलं...हा रशिदमियाँ ग्येला खरा; पण कुटं मारहान केली तं... ती दंगल की काय... तसं तं न्हाई व्हायचं...?”

येसूची जीभ आणखीनच कोरडी पडली.

“मायऽऽऽ, द्येवानं दोन हात, दोन पाय न् डोकं दिलं म्हणून मान्सं म्हनायचं आपल्याला. न्हाईतं आपली गत जनावराचीच हाय. जनावरं बरी आपल्यापरीस. नालींतलं बी पानी चालतं त्येन्ला.”

“द्येवा, सांबाळ बाबा... उद्या त्ये पानी पिन्याची येळ आनू नकोस.” त्या देवाला साकडं घालू लागल्या.

ooo

रशिदमियाँ थोडा पुढे गेला तं जिवा आणि रामा त्याला येताना दिसले. जिवाच्या पायाला थोडं लागलंय हे त्याच्या चालीवरून लक्षात येत होतं.

“क्युँरे ...? क्या बिलामत मोल ली...”

“रशिदभाई, बिलामत कायकी...पानीके वास्ते सब ये हो रहा देखो...”

“चलो, जादा कुछ नहीं हुआ ना!”

“नाही. बाबा- बुवा करून, पाया पडून कसंबसं सुटलो. पोलिसान्ले बोलवाया निघाले व्हते...”

“चल जान दे...थोडे में निपटा लिये...और मेरी हातगाडी क्या तुम्हारे बापकी है।”

“गलती हो गई रसिदभाई...”

“पूछके तो ले जाना. रातको पेशाब को उठा तो हातगाडी नहीं. मुझे लगा भुट्टेचोरां ले गये क्या की। चलो माफ किया, औरतां डर गई है तुम्हारी. उनको सम्हालो. तुम्हारे वास्ते ही आ रहा था मैं।”

दोघांचं मन भरून आलं.

“काय करावं? गाव सोडून जावं की काय वाटू लागलं. पण कामधंदा इथंच हाय. बूड टेकाया दोन खणी झोपडी हाय. आता कुठं नव्या ठिकाणी जावं?...अन्

उन्हाळ्याचं वावरात कायबी काम निघत न्हाई...''

आपल्या दुर्दशेवर बोलत ते झोपडीत परतले. त्यांना आलेलं पाहून बायांचं मन सुपागत झालं. त्या रडू लागल्या.

''आरं तिच्या, रडायास्नी काय झालं? आता ह्ये आसंच व्हत ऱ्हानार. मंदिरा म्होरंल्या बोरिंगीला पानी येऊस्तो असंच व्हनार. कधी मार पडणार, कधी पोलिसांकडं बी जावं लागणार. समद्याची तयारी आमी बी ठिवलीय आन् तुमी बी ठिवा.''

रामा जणू युद्धाची तयारी करत असल्यासारखा छाती पुढे काढून म्हणाला.

''हाये त्या परिस्थितीशी दोन हात तं करावे लागतीन.''

''आसे लाचार व्हऊन?...'' पारु.

''मंग कुनाकुना म्हवरं शेखी मारायची सांग!''

''सगळ्या म्होरं मारू पनं त्या पान्या म्होरं, पावसाम्होंर मारता यीन शेखी? पान्याच्या तोंडात देऊ शकशीला?...त्येच्या म्होरं तं समदेच लाचार हायती. आपली पोटं बी आन् शेतकऱ्याची वावरं. धा एकर शेती असनारा गडी रोजन्दारी करायलाय. काय सांगावं तुमास्नी!...''

सगळेच उसासत बसले.

OOO

दुपारी दोनची वेळ होती. दोन घास खाऊन झोपडपट्टीतल्या बाया लवंडल्या होत्या;

आणि झोपडपट्टीत एकच कालवा झाला. जोरानं आक्रोश ऐकू येऊ लागला.

सगळी झोपडपट्टी त्या आक्रोशाच्या दिशेनं धावू लागली. शांता ऊर बडवून रडत होती. चेहरा विदीर्ण झाला होता. डोळ्यांतलं पाणी अखंड वाहत होतं, केस विखुरले होते. स्वत:चं अंगावरच्या वस्त्रांचं भान तिला उरलं नव्हतं.

''काही झालंय जनु.'' पारू न् येसू लगबगीनं जात पुटपुटल्या.

सगळे जण शांता जवळ जमले.

''माझी दोन लेकरं...हिरीनं घास घेतला वंऽऽऽ...'' ती रडत सांगत होती.

''माऽऽय... आगं... झालं कसं ह्ये...''

त्या आईचं हृदयंच जणू उसळी मारून बाहेर येऊ पाहत होतं...तिची दातखीळ बसली.

कुणीतरी तिला कांदा हुंगवला...

तोवर किसन धावत आला...

"शांतेऽऽऽ, शांते गंऽऽ...काय झालं ह्ये!" तोही आक्रोशत होता.

शांता भानावर आली.

"धनी मारून टाका मला बी...पोरांबिगर कशी ऱ्हाऊ?..." किसननं तिला हृदयाशी धरलं.

दोघं माय-बाप आकाश फाटल्यागत रडत होते.

"आरं किसन, थोडा आवर तू तं घाल, काय झालं सांगं..." जिवानं विचारलं.

"काय सांगावं बापा...हिरीनं पोरांचा घास घेतला..."

"आरं, पण कोन्ती हीर?...आपन शोधू नं त्येन्ले."

"कोणती हीर सांगू आन् दाखवू?...दाखवायला ना हीर ऱ्हाली, ना शोधायले पोरं ऱ्हायली. हिरीत पानी तळागती गेल्तं. पानी काढाया दोर बांधून पोरान्ले खाली सोडलं...भांडी-घागरी खाली सोडल्या न् आभाळ कोसळलं रे जिवाऽऽ...बघता बघता हीर ढासळली समदी. पोरं वर आमच्याकडे बघत व्हते आणि आमी पोरानच्या अंगावर माती पडताना पाहत व्हतो...त्यांनचे घाबरले चेहरे पाहत व्हतो...'माऽऽय माऽऽय' वरडत व्हती रे पोरं...पन् हीर ढासळत गेली.

द्येवानं गाडलं माज्या पोरान्ला. कुठून काढायचं शोधून त्येन्ला. पान्यात पडली असती तं फुगून तरी वर आली अस्ती, पण आता..."

दोघं माय-बाप हमसून हमसून रडत होते. सर्व जण कपाळाला हात लावून बसले.

आज सकाळपर्यंत खेळणारी, हसणारी पोरं बघता बघता गाडली गेली होती. मेलेल्याला माती तरी कशी द्यायची? द्येवानंच मूठमाती दिली त्यांना. नुकत्या पेटू पाहणाऱ्या पणत्या एका फुंकरीनं विझवून टाकल्या.

सगळी झोपडपट्टी गप्प होती. प्रत्येक घरातली मुलं विहिरीत उतरून पाणी भरायची. आज किसनच्या पोरांचा घास घेतला. उद्या आपल्याही पोरांना विहीर रिचवेल!

त्या अभद्र कल्पनेनं सगळेच बावरले होते. हे दुःख कुणाच्याही वाट्याला येऊ शकणारं होतं...

कुणी शांतेची, किसनाची समजूत काढून त्यांना आत नेलं. कुणी दोन

घास आणले. जबरदस्तीनं खाऊ घातले.

झोपडपट्टीत सुन्न शांतता पसरली.

हळूहळू सगळे पांगले. आपापल्या खोपट्यात गेले. मधूनच शांतेचा टाहो ऐकू यायचा.

रामा, जिवा, येसू, पारू सांजच्याला झोपडी समोरच्या अंगणात बसले होते.

"रामा, द्येवानं तहानेनं मारायचं ठरवलंय जणू आपल्याला. बंगल्यात जावं तर आज सकाळची गत...हिरीत उतरावं तर हे असं वैर साधलेलं. जगायचं कसं रं?..."

कळवळून हृदय प्रश्न विचारत होतं...पण त्या प्रश्नाला उत्तर नव्हतं.

रात्री सर्व तळमळत झोपले. सगळ्यांच्या डोळ्यांसमोर 'पाणी' हाच शब्द येत होता. सोबत शांतेच्या झोपडीतला अनिवार हुंदकाही होता.

रात्रीचे तीन वाजले. जिवाच्या दारावर थाप पडली.

दार उघडलं. दारात रामा आणि पारू उभी.

"काय रं रामा?..." जिवा.

"पानी आनाया जायचंय न्हवं" रामा.

"आता काल येवढा मार खाल्ला न्हवं," जिवा.

"आज दुसऱ्या बंगलेवाल्याचा मार खाऊ. जितं ऱ्हायचं अस्लं तं मार खावाच लागंल. हिरीत गाडलं जान्यापातूर मार खाणं बरं न्हवं? कुनी बंगलेवाला निस्ता बोलंल, कुनी मारंल, कुनी पोलिसान्ला बोलवील. समद्याची तयारी ठेऊ. आपलं नशीब आसं असंल तं त्येला सामोरं जाऊ हां?"

सगळ्यांच्या असाहाय्य नजरा एकमेकींत मिसळल्या. पान्यावीणा रिकाम्या त्या झोपडीतल्या माणसांच्या डोळ्यांत मात्र पाणी जमा झालं होतं.

♦♦♦

3. बाप

चैत्राचा महिना सुरू झाला होता. वावरातली गहू-ज्वारीची पिकं सोंगून रचली गेली होती. कुणी रान सारवून खळ्याची तयारी करीत होतं, कुणी मळणी यंत्राची वाट पाहत होतं. रानात फक्त धसकटं उरली होती. चालताना जपून चालावं लागायचं; नाही तर धसकट तलवारीच्या पात्यागत पायात घुसायचं. हे दिवस वाऱ्याचे आणि वावटळीचे. वारा आला, की ज्वारीची वाळकी पानं भिरभिरत उंच आकाशाला गवसणी घालू पाहायची. मग हताश होत धराशायी व्हायची. ऊन 'मी' म्हणत होतं, अंगावरून घामाच्या धारा वाहत होत्या. थोडासा वारा आला, की जिवाला बरं वाटत होतं.

आबा शेतातल्या आंब्याच्या झाडाखाली बसला होता. त्याच्या समोर धान्याच्या चार राशी पडल्या होत्या. चार मुलांच्या चार राशी. पुरं दहा एकर वावर होतं. वावरात आबा ज्वारी लावायचे. मुलं लहान होती. ज्वारीच्या ताटांचे पुंजे पोरं उचलून आणायची. आबा, आबाची बायको, ताटांची कणसं खुडायची. सारवलेल्या खळ्यावर कणसांचा खच पडायचा. मग मुंगसं तोंडाला बांधून बैल कणसांवरून चालायचे, ज्वारीचे दाणे टपटप उडून कणसाबाहेर पडायचे. मग ते धान्य उफणलं जायचं. पाचोळा बाजूला, जड दाणे सरळ खाली यायचे. किती काळजी घ्यावी लागायची, खळं उकललं जाऊ नये म्हणून. नाहीतर धान्यात खडे व्हायचे. गहू निवडताना गर्भार पोट चुकारपणे खडा तोंडात घालायची.

ही ऽ ऽ मोठी ज्वारीची रास खळं झाल्यावर तयार व्हायची. दोन्ही डोळ्यांत मावणार नाही एवढी.

आता समोर चार राशी पडलेल्या. चार मुलांच्या चार राशी. मुलं वाट बघताहेत मळणी यंत्राची. खळं करणं परवडणारं नव्हतं, कारण एकानं ज्वारीचं पीक घेतलेलं. एकानं सोयाबीनचं. एकानं कापसाचं, एकानं तुरीचं. त्या चारी

राशींकडे आबा हताशपणे पाहत होता.

एका राशीच्या चार राशी झाल्या, दहा एकर वावराचे चार तुकडे झाले. 'आमचे धा एकर श्येत हाये' म्हणणारी पोरं 'आपलं अडीच एकर श्येत हाये' म्हणू लागली आणि म्हणताना त्यांना लाजबी वाटं ना झाली. हाताखाली कामं करणारी पोरं खांद्यावर वाढली, पोरांनी लगीन करून बायका आणल्या. पोरं बापंय झाले, वारंवार मिसरुडावर अंगठा फिरू लागला आन् दरसाली मिरग आला न् दिवाळी सरली, की चौघांची टाळकी सरकू लागली. रातचे दहाच्या आत दिवली विझवणारी पोरं बारा वाजेपात्तूर रामोशाच्या काठीचा आवाज येईतो भांडणं खेळत राहायचे. एक म्हणायचा, "औंदा कपाशी लावायची" दुसरा म्हणाला, "कपाशीला दरसाली सरकार भावाची काडी लावतो. काई न्हाई औंदा ऊसच घ्याचा."

तिसरा म्हणायचा, "माळवं लावायचं. माळवं शेहरात नेलं तर लई भाव मिळतु."

चौथा ज्वारीला वाखाणायचा. "जोंधळ्याचं पीक डब्बल भाव दिऊन जातं. ज्वारी परीस ज्वारी आन् कडबा त्याहून जास्त पैसे देतो."

पोरांची भांडणं थांबवता थांबवता आबांच्या नाकीनऊ येऊ लागले. पुढे पुढे भांडणं थांबेचना. पोरं भांडून-भांडून थकायची न् अंथरुणात घुसायची. पुन्हा सकाळ झाली, की जोरदुपटीनं भांडायला तयार.

अखेर ज्या कर्माची भीती होती तीच पुढे आली. पोरांनी सरळ पंचायत गाठली आणि आपापला हिस्सा मागितला.

"बाबांनो, वाटण्या केल्या तं तुमच्या नावानं प्रत्येकी अडीच एकराचा तुकडा यील. इच्यार करा."

"क्येला बगा. अडीच येकराच्या तुकड्यातला माजा कापूस लई मोठा पैसा दिऊन जाईल."

"हां आन् माजी तूर बी..."

प्रत्येकजण आपापल्या पिकाची हमी देत होतं.

अखेर जमिनीचे चार हिस्से झाले.

वावराच्या मधोमध खोलगट जागा होती.

त्या जागेपासून चार हिस्से केले गेले.

"आन् माजं कसं पंचानु?" आबानं विचारलं.

"आबा, तुझी चार पोरं तुला आपापल्या पिकातून आलेल्या पैशातला

आठवा हिस्सा देतील. तुला एकट्याला तेवढं पुरेल. घराचं म्हणशील तर...सगळे सध्या जसे एकेका माजघरामध्ये राहातात तसे राहा. आबा, तू कुठं राहत असतोस?''

''माजी वळकटी कायम असते आपली ओसरीवर कणगीच्या बाजूला.''

''आबा, तीन-तीन महिने तुझ्या सुना वाटून घेतील. त्याप्रमाणे त्या तुला जेवण देतील...,पोरींनो... आम्ही पंच आहोत. आमचा शब्द अखेरचा असतो. आम्हाला कोणी जरी सांगितलं, की आबांची जेवणाची हेळसांड होते आहे, तर तुम्हाला पंचासमोर जाब द्यावा लागेल...आबा, तूही 'घरातल्या गोष्टी बाहेर का सांगायच्या' असं समजून अनमान करू नको. पोरांसाठी आपल्या जमिनीचे चतकोर केलेसं तू. पोरांचं कर्तव्य आता त्यांनी पार पाडायला हवं. काय रे पोरांनो...''

पंचांनी विचारलं तशी मुलांनी डोकं हलवलं. बघता बघता पोरं वेगळी निघाली. घरातल्या घरात चुली वेगळ्या मांडल्या गेल्या. शेताचे चार तुकडे झाले. मधला खोलगट भाग तेवढा पिकाखाली नव्हता. आबा त्या लवणाच्या ठिकाणी खोपी करून बसायचा, चौफेर दृष्टी फिरवायचा. चार दिशांना अडीच-अडीच एकर शेतात वेगवेगळी पिकं उभी होती. प्रत्येकानं आपापल्या मनासारखं पीक घेतलं होतं. मुलं कष्ट करत होती, पीक चांगलं येत होतं, पण खर्चाला, खळ्याला पुरत नव्हतं. नुस्ते ओठ भिजल्यासारखे व्हायचे. जेवढा पैसा मुलं अपेक्षा करून होते, तेवढा पैसा मिळत नव्हता. चार चुली मांडल्यानं खर्च वाढला तो वेगळा. पोरी मुक्या-मुक्या झाल्या होत्या. आधी स्वयंपाक करता-करता गप्पा चालायच्या. माहेरच्या आठवणी, कधीकधी एकमेकींचं उणंदुणंही निघायचं; पण पहाटे जातं सुरू झालं, की आपसूकच एकेक हात पुढे येई. जातं वेगाने फिरू लागे, जात्यासोबत गळ्यात ओव्या फिरू लागत, शेतात पातीत खुरपता-खुरपता एकमेकींची सुख-दुःख सांगितली जात, कधी एकमेकींना चिडवणंही होई; पण आता प्रत्येकीचं सुख-दुःख, कष्ट आपापल्या शेताच्या तुकड्याचं झालं. एकट्या पोरी खुरपता-खुरपता शेताशीच बोलू लागल्या.

दोन वर्षं गेली.

मुलं सुखी नव्हती. वरून मोठा आव आणत होती; पण आतून पोखरल्यागत झाली होती. पैशाचा आव आणता येत नव्हता. दोन वर्षांत रब्बी आणि खरीपाची मिळून चार पिकं घेतली गेली होती. त्यातही कधी कपाशीवर 'लाल्या' पडायचा, कधी ज्वारीवर चिकटा...गव्हाला थंडी आणि पाणी कमी पडायचं, तर ऊस हमखास तहानलेला राहायचा. दोन वर्षांत मुलांची हौस फिटली. आधी दहा

एकरात सर्वजण मिळून काही एकर ज्वारी लावायचे, थोडं माळवं, थोडी इतर पिकं,यात एखादं तगवून जायचं; पण आता तीही आशा उरली नाही. कणगी रिकामी राहू लागली.

त्यात सलग दोन वर्षं कमी पावसाची गेली.

त्या दिवशी सगळं खेडं उत्साहानं भारलं होतं. नवीन योजना आल्याचं सरपंचानं सांगितलं होतं. आज बीडीओ साहेब येऊन त्या योजनेची माहिती देणार होते.

सगळेजण साहेबांची वाट पाहत होते. थोड्या वेळात दूरवर धुराळा दिसू लागला.

गावाकडं येणारी एकमेव एस.टी. सकाळीच येऊन गेली होती.

'धुराळा साहेबांच्या जीपचाच असणार.'

लोकं डोळ्यांत प्राण आणून वाट पाहत होते.

'साहेब आले.'

गावकऱ्यांशी बोलू लागले,

"शेततळ्याची योजना सरकारनं आपल्या दुष्काळी विभागासाठी राबवायची ठरवली आहे. शेतामध्ये एकूण जमिनीला आवश्यक असणाऱ्या पाण्याच्या साठ्याइतका दहा फूट खोल असा खड्डा खणायचा. दहा एकर शेतीसाठी पंचाहत्तर फूट बाय तीस फुटांचा खड्डा खणायचा. पाण्याचा निचरा ज्या भागात होतो तिथं असं तळं तयार करायचं. पावसाळ्याचं पाणी शेततळ्याच्या ओंजळीत पकडायचं, हे पाणी तुम्ही वर्षभर वापरू शकाल. या तळ्याशेजारी विहीर असली, तर सोळा आणे काम झालं. विहिरीला पान्हावणारे झरे वाढीला लागतील. विहिरीत पाणी वाढेल. कदाचित विहीर बारामाही पाणी देणारी होईल...शेततळ्यासाठी अनुदान मिळणार आहे."

शेतकऱ्यांचे डोळे आशेनं चमकू लागले. शेततळ्यात येऊ पाहणाऱ्या पाण्याचं तेजस्वी प्रतिबिंब जणू आत्ताच डोळ्यांत उमटू लागलं होतं. वाऱ्यावर झुलणाऱ्या पिकासारखा आनंद गालावर तरळत होता.

आबा आणि आबांची मुलंही उत्साहानं ऐकत होती. बी.डी.ओ. साहेब किती एकरला केवढ्या फुटाचं तळं हे गणित समजावून सांगत होते. सांगता सांगता वीस एकरावरून पाच एकरापर्यंत येऊन ते थांबले.

आता अडीच एकरासाठीची योजना आपल्याला ऐकायला मिळेल म्हणून आबांची पोरं सरसावून बसली, तर साहेब गप्पच.

"साहेब, अडीच एकरासाठी योजना काय हाय?"

पोरांनी विचारलं.

"कमीत कमी पाच एकरासाठी योजना आहे. अडीच एकरासाठी योजना नाही. अडीच एकराला लहानसा खड्डा पुरतो. त्याला योजनेची काय गरज?" साहेबांनी सांगितलं तसे त्यांचे चेहरे पडले.

"तुमची किती जमीन आहे?" साहेबांनी उत्सुकतेपोटी एका मुलाला विचारलं. आबांच्या मुलानं पटकन आपल्या तिन्ही भावांकडे पाहिलं. आबांकडे पाहिलं. काही क्षणात काही न बोलता सगळ्यांमध्ये संवाद झाला.

"मपली...म्हंजी माज्या बापाची धा एकर शेती हाय...आन् शेताच्या ऐन मध्यभागी खळगी हाये, गालावर पडते तशी. तिथं इतर येळी आम्ही काई लावत न्हाई. पन...आता शेततळ्यासाठी...?"

"शेततळ्यासाठी ती जागा अतिशय योग्य आहे दहा एकर शेतीला मध्यभागी शेततळं आलं, तर खूपच फायद्याचं ठरेल. खरीप, रब्बीची पिकं तुम्ही घेऊ शकाल, बाजूला विहीर घेतली, तर विहिरीचं भक्कम पाणी मिळेल."

साहेबांचं बोलणं ऐकून चारी पोरं आपापसात मोकळंचाकळं हसली. बापाकडे पाहून चौघांच्या नजरा संकोचल्या; पण त्या संकोचण्यात काही विनवणीही होती. पोरांची दृष्टी आबांनी वाचली. आबा गप्प बसले.

बीडीओ साहेबांना आता घाई झाली होती, "हे बघा, सरपंच, मी सोबत अर्ज आणले आहेत. ज्यांना या योजनेचा लाभ घ्यायचा आहे, त्यांच्याकडून अर्ज भरून घ्या. लवकरात लवकर ते अर्ज वर पाठवायचे आहेत. हे काम सरकारनं युद्ध पातळीवर हातात घेतलं आहे. पावसाळ्याच्या आत काम सुरू होऊन संपायला हवं. सरकार त्यासाठी लागणारी मोठी यंत्रं तुम्हाला पुरवणार आहे; पण तुमचंही श्रमदान सरकारला अपेक्षित आहे."

साहेब तळमळीनं बोलत होते. पावसाचं पाणी पडलं नाही, तर शेतकऱ्याच्या डोळ्यांतल्या पाण्यानी त्याची जमीन भिजते आणि त्या पाण्यात दु:ख रुजून काटेरी वेदना उगवून येते, याची त्यांना जाणीव होती.

"साहेब, सरकार येवढं करतं म्हनल्यावर आम्ही आमच्याच वावरात श्रमदानासाठी मागे हटू व्हय?" एका गावकऱ्यानं म्हटलं.

"तुमच्याच शेतात नाही...सगळ्यांनी एकजुटीनं सर्व शेततळ्यांत श्रमदान करायचं आहे." साहेब.

"ते का म्हून?"

"हे बघा, तुम्ही तर शेततळं बांधाल; पण पाणी खाली झिरपत जाऊन त्याचे पाझर कुठपर्यंत असतात हे आपल्याला थोडीच कळतं. पाणी झिरपत दोन किलोमीटर लांबही जाऊ शकतं. हे आतले पाझर आपल्याला डोळ्यांनी दिसत नाही. म्हणून प्रत्येक शेततळ्याला सर्वांनी हातभार लावायचा." साहेबांच्या त्या बोलण्यावर सगळ्यांनी मान डोलावली. पुढच्या वर्षी पिकाला दुष्काळ पाहू लागू नये म्हणून सर्व सज्ज झाले. सर्वांनी मिळून, सर्वांसाठी काम करायचं या भावनेनं ते भारले होते.

"आबा, हा तुमचा फॉर्म..." सरपंचानं आबांच्या हातात फॉर्म दिला. त्यांनी आबांच्या डोळ्यांत डोकावून पाहिलं. डोळ्यांनी एकमेकांशी संवाद केला. सरपंच किंचित हसले.

"आता मला काय लिवता येतंय...पोरा...तू लिही पाहू..."आपल्या मोठ्या मुलाला आबांनी म्हटलं." मोठ्यानं आपल्या धाकट्या तीन भावांकडे पाहिलं. त्यांनी मान डोलावली.

"मी आबा लिहून देणार...माझी दहा एकर शेती..." मोठ्यानं वाचत अर्जावर आकडा घातला.

आबांचा जीव सुपाएवढा होत होता.

सरकार दिलेल्या वचनाला जागलं.

आबांची मुलं कामाला लागली, पहाटे उठून एकमेकांना उठवू लागली. सुना पहाटे उठून चूल पेटवू लागल्या, भाकरी थापू लागल्या.

उन्हाळा दिवस, सारे गावकरी झुंजूमुंजूच्या वेळीच शेतात पोहोचू लागले. श्रमदानाला सुरुवात झाली. गावातलं 'तुझं माझं' संपलं.

जे.सी.बी. मशीन, बुलडोझर गावात आले. गावातली लहानगी पोरं त्या यंत्राभोवती आदरयुक्त भीतीनं जमा होऊ लागली. ती अजस्त्र यंत्र, त्यांचा अजस्त्र हात त्यांच्या डोळ्यांत मावेना;

आणि आपल्या चारी मुलांचा उत्साह, त्यांची नव्यानं झालेली एकजूट, पोरींचे जात्यावरचे काकणभरले हात आबांच्या डोळ्यांत मावेना.

मृग लागला.

तीनशे घरांच्या त्या खेड्यातल्या शेतात शेततळी आपल्या मालकासारखी आभाळाकडे डोळे लावून होती.

मृगाचा पाऊस झाला. हळूहळू तहानेली जमीन पाणी रिचवू लागली. पाणी जमिनीवरून वाहू लागलं, तुंबू लागलं.

आबांच्या शेतातल्या मधोमध असलेल्या खळगीत पाणी जमा होऊ

लागलं, शेततळं भरू लागलं.

आबांचा जीव पुन्हा टांगणीला लागला. पोरांनी एकजुटीनं शेततळं केलं तर खरं; पण आता पुढे काय? पुन्हा पिकासाठी भांडणं करतील की काय पोरं?..

पावसाचा अंदाज चांगला दिसू लागला. शेतकरी शहाणे झाले होते. मृगाच्या पहिल्या-दुसऱ्या पावसाची पेरणी त्यांनी टाळली. हुलकावणी देणारा पाऊस आहे, की साथ देणारा पाऊस आहे, याचा अंदाज घेत होते.

एका सकाळी आबांची चारी मुलं आबांच्या समोर उभी होती.

आबा धपकून बसला होता. 'आता काय गाऱ्हाणं मांडतात पोरं...!'

"आबा, वावरात चला की जरा..."

"मी कामुन रं...?"

"असंच...श्येततळं बगा...व्हीरीचं पाणी बगा..."

"बरं बाबांनु, चला." आबानं डोक्याला मुंडासं बांधलं. हातात काठी घेऊन ते बाहेर आले.

तवर पोरानं गाडी जुंपली होती.

बैलं शेताच्या दिशेनं धावू लागली.

आबा त्या शेततळ्यापुढे उभे होते. तळं पाण्यानं अर्ध भरलं होतं.

"चांगलं भरलं की रं तळं..." आबा.

"व्हयं...पुढल्या तीन महिन्यांत वसंडून जाईल बगा आन् इकडं तळं भरलं, तिकडं कोपऱ्यातल्या हीरीचं पानी वाढलं..."

एका मुलानं सांगितलं.

"कुठले नळे कुठे जोडले असतात बघ."

"त्या साह्येबानं सांगितलं होतं न्हवं!" दुसरा मुलगा. "आबा, आता तुम्ही चिठ्ठी काढायची बगा." मोठ्या मुलानं म्हटलं.

"कसली चिठ्ठी रं?..."

"आबा, परत्येकाला येगयेगळं पीक घ्यावं वाटतंय. त्या पायी दोन वर्सांपासून आम्ही भांडणं खेळलो. शेताचे चार तुकडे क्येले; पन् हाती काई आलं नाही. तवा आता इच्यार क्येला, की परत्येकाच्या मनाची चिठ्ठी टाकायची. तुम्ही उचलायची. जी चिठ्ठी निघंल त्ये पीक घ्यायचं. रब्बीच्या येळी दुसऱ्यांदा उरलेल्यांच्यातली चिठ्ठी काढायची...आबा. समदी पिकं चांगलीच असत्येत; पण कुनाला कोणतं भावतं, कुनाला कोन्तं...! आन् समद्याच पिकान्ला कीड लागलीच असती. कधी सरकारी

किमतीची, कुठं जास्त पावसाची, कधी दुष्काळाची. त्ये कुटं चुकलंय तवा ठरविलं नशिबावर भरवसा ठिवायचा न् कष्टाचा हवाला घ्यायचा. द्येवाचं नाव घेऊन जमिनीची वटी भरायची...तुमच्या हातानं चिठ्ठी काढायची...''

आबांचे डोळे भरून आले. शेततळ्याच्या पाण्याचे पाझर कुठंवर गेले, हे त्यांच्या लक्षात आलं. ते पाझर पोरांच्या मनापर्यंत पोहोचले होते. शेततळ्याच्या पाण्यात काठावर उभ्या असलेल्या आबांचं आणि चारी भावांचं प्रतिबिंब पडलं होतं. मधोमध उभ्या आबांनी जणू चारी पोरांना सांधून ठेवलं होतं.

♦♦♦

४. पळवाट

सवय होती म्हणून केवळ ती चुलीसमोर बसली होती. बाकी तिच्याजवळ चुलीवर करण्यासाठी काही नव्हतं. घरातल्या पिठानं डब्याचा तळ गाठला होता, तेलाच्या बाटलीत तेलाचा एक थेंब कधीचा साचून राहिला होता. बाकी पत्र्याच्या डब्यांना धक्का जरी लागला, तरी ते जोरानं खडखडाट करून आपलं रिकामेपण सांगत होतं. केव्हापासून ती चुलीच्या समोर बसली होती. तिचे रिकामे डोळे स्वप्नं पाहत होते. समोरची परात पिठानं भरली आहे, ती आपल्या बांगड्या वर करून भाकऱ्या थापते आहे, बाजूच्या वैराळ्यावर भाजी शिजते आहे, समोर लसूण-हिरव्या मिरच्या तव्यावर पडण्याची वाट पाहताहेत.

"माय, भाकरी दे न्हवं!" ती स्वप्नातून भानावर आली. तिची लहानगी दोन्ही पोरं भुकेनं कळवळत होती. या काही दिवसांत अन्न न मिळाल्यानं पोरांच्या हातापायाच्या काड्या झाल्या होत्या. डोळे खोल गेले होते, डोळ्यांत पाणी साचल्यागत वाटत होतं.

"ये माय... बघ काही दूध येतं का त्ये" तिनं दीड वर्षाच्या पोरीला आपल्या पदराआड घेतलं. पोरगी तिचा स्तनं लुचू लागली. पोरीलाही दुधाचा आभास होत होता की काय जाणे! ती दूध प्यायल्यागत ओढत होती, चुरूचुरू आवाज करत होती.

आपला पान्हाही आटलाय हे तिच्या लक्षात येत होतं. चार दिवस झाले, मोजून चार घास तिनं पोटात ढकलले होते. पण आता मात्र तेही नशिबात नाहीत हे रिकामा डबा सांगत होता.

"माय,मला बी देना तुजं दूद." तीन वर्षांचं पोर काकुळतीला येत म्हणालं. त्याचा गव्हाळ रंग फिकुटला होता, ओठ कोरडे पडले होते.

"ये...बाबा, तुज्या नशिबानं मला पान्हा फुटला तं बघ..."

पोर दुसऱ्या बाजूनं तिच्या छातीला बिलगलं. दोन साल झाली होती त्याचं दूद सोडून. त्याला ओढताही यी ना...

"आरं चावायला कामुन?...माजं रगत काढून पितो का?" ती वेदना सहन न होऊन ओरडली. पोर दचकून मागे झालं.

तिची सहा वर्षांची मोठी मुलगी बाजूला अंग चोरून उभी होती.

"माय, इठा आजीकडून पीठ आनू थोडं मागून?"

"का भुकेनं जीव जायला व्हय तुजा?"

पोरीनं मान खाली घातली. पाय ओढून जवळ घेतले आणि गुडघ्यात मान खुपसून ती रडू लागली.

पंचफुलाच्या डोळ्यांतही पाणी आलं.

"जा...बग देती का! ती तरी कुठंवर दील गं? समद्यांची पोटं हातावरची. आन् हातान्ला काई काम बी न्हाई बग. वाटीभर बी पीठ दिलं ते पेज करून दीन..."

पोर घराबाहेर पडली.

तेवढ्यात बाज कुरकुरली. बाजेवरच्या पटकुरातून कण्हण्याचा आवाज आला.

पंचफुलाचं नशीबच त्या बाजेवर तळमळत, कण्हत पडलं होतं.

सदाला जाग आली तशी वेदना अंगभर सरसरत गेली.

"पंचफुला..."

पंचफुलानं पटकन पोरीला खाली ठेवलं.

"लई दुखायलंय?"

"व्हयं... ती डाक्तरनं दिलेली गोळी दे. आता सहन व्हईना झालंय बग."

त्याच्या डोळ्यांतून पाणी ओघळलं.

त्याला कसं समजवावं हे पंचफुलालाही कळेना. ती सांगणार तरी काय होती? काय समजवणार होती?

'बरे व्हाल' म्हणावं तं अपघातात एका बाजूचा हात न पाय पार तुटून गेला होता. सदाचं अर्ध शरीर जणू तुटून गेलं होतं. आता त्याला हालचाल करणंही अवघड झालं होतं.

"जरा सरळ करती का मला."

"व्हयं."

त्याला कुशीवरून तिनं सरळ पाठीवर झोपवलं. पण तेवढ्यानं त्याचा

जीव वेदनेनं कळवळला. किती तरी वेळ तो ओठ दाबून कळ मरायची वाट पाहत होता.

"औषिद देऊ?"

"आदी पोटात काही दे फुला. निस्ता जाळ व्हतो त्या औषिदानं"

पंचफुलानं मान खाली घातली.

"काय झालं?"

"सगुणा आली की बघते काय द्यायचं ते."

"कामुन?" सदानं विचारलं.

"आवं, घरातलं समदं संपलं हाय, आन आता खळी बी झाली समद्यांची. श्येतात बी कामं उरली न्हाईत."

सदा उसासला.

"त्या मालट्रकानं हात-पाय कामुनं न्येले? पुरतं मलाच न्याचं व्हतं."

"आसं कामुनं म्हंता? ह्ये बी दीस जातील."

"कस्ये जातील सांग...सांग फुला, कसे जातील ह्ये दीस? झाडाची फांदी तोडली तं तिथं पुन्ना फांदी येती. पन मानसाचं तसं हाय व्हय? आन् दुष्काळात ह्यो तेरावा म्हयना. तुला बी काम न्हाई."

त्यानं तिच्याकडे पाहत म्हटलं. तिच्या गळ्यात नुसते काळे मणी होते. कधीतरी सणासुदीला एखादा सोन्याचा मणी जमवून जमवून तिनं गळाभर काळी पोत ल्यायली होती. पण अपघातानंतरच्या पहिल्याच फटक्यात पोतीतले सोन्याचे मणी त्याच्या औषधपाण्यानं खाल्ले होते. पहिल्या चार दिवसांत जोडवे, धाकट्या पोरीची जिवती, मोठीचे पैंजण, पोरांचा करदोडा सारं सोनाराच्या हवाली झालं. आलेले पैसे औषधवाल्याच्या हवाली झाले.

सदाचा जीव वाचला होता, पण तो असा. साऱ्या जन्माचा अपंग होऊन.

कधी कौतुकानं, प्रेमानं आपल्याला सहजपणे दोन हातांवर उचलणारा सदा, पावसाळ्यातल्या नदीच्या फुगलेल्या पात्रात धीटपणे उडी मारणारा सदा, कोणतंही काम सहजपणे करणारा सदा त्याला जणू दृष्ट लागली.

त्या दिवशी फुला शेतात ज्वारीची कापणीच करत होती तं रामा पोर धावत हाळी घालत आला,

"फुला काकू...येऽऽ फुला काकू" त्याच्या ओरडण्यानंच तिचं अर्धं बळ गेलं.

"काय झालं रे..." तिनं कापऱ्या आवाजात विचारलं होतं.

"सदाकाकाला ट्रकनं उडवलं...ट्रक पळून गेला."

"त्यो टरक मरू दे, पन ह्ये कसे हायती?' तिनं रडत विचारलं.

"त्येचा येक हात न् येक पाय..."

"द्येवा ऽऽ..."

कापणी करणाऱ्या सगळ्या बायका एव्हाना जमल्या.

"मी जाते. माह्या पोरान्ला बघा."

म्हणत मोठ्या सगुणेला हाताशी घेत फुला रडत, पडत रामाच्या मागे पळाली.

सदाला रक्ताच्या थारोळ्यात पाहिलं न् तिचा उरलासुरला जीव गेला.

मग सगळी धावपळ. सदाला बैलगाडीत घालून गावातल्या दवाखान्यात नेलं, तिथं भलं मोठं बँडेज बांधून त्याला जिल्ह्याच्या सरकारी इस्पितळात आणलं. हळूहळू पैशाचा प्रश्न येऊ लागला तशी सोबतच्या एकेकानं काढता पाय घेतला. उरली केवळं फुला आणि सगुणा.

"सगुणा बाये, तू बस तुझ्या बापाजवळ. मी आल्ये." म्हणत फुला बाहेर पडली होती. त्या नवीन गावी, गर्दीच्या रस्त्यात तो नवखा जीव वणवणत होता. याला त्याला विचारत तिनं सराफ कुठंय तो पत्ता शोधला आणि आपले मणी न् जोडवी सोनाराच्या हाती दिली.

आठ दिवसांत सगळ्या पैशांचा फडशा पडला.

सदालाही डॉक्टरनं सुट्टी दिली.

गावी आली तं ही दशा. आयाबायांकडे राहिलेली धाकटी दोघं तिला पाहून 'माये माये' करत तिला बिलगली.

त्यांच्यासोबत भूकही बिलगली. फुलानं उसासा सोडला.

जवळ फार काही नव्हतं, पण दोन वेळा ओठी घास देणारे हात होते. तिचे आणि सदाचे. पण आता...

सगुणा आली.

तिच्या हातातल्या पन्नीत एवढंसं पीठ दिसत होतं. "माये, इठा आजीनं येवढंच दिलं आन म्हन्ली..."

"काय?"

"पुना पीठ मागाया येऊ नगं. माय, तिच्याकडंबी जास्त पीठ नव्हतं बग."

फुलानं पन्नी हाती घेतली. त्या वाटीभर पिठाचं काय करावं न् कुणाला खायला द्यावं कळेना.

तिनं पातेलभरं पाणी उकळवलं. त्यात पीठ घालून हाटत हाटत त्याला शिजवलं. त्यात मीठ न् मिरची घातली. मोठ्या कटोऱ्यात सदा पुढं पेज ठेवली. पोरं धडपडत बगोल्याभोवती आली. तिनं त्यांना वाटीत पेज दिली. थोडी पेज स्वत:ला घेतली.

○○○

पोटाला थोडा आधार मिळाला तशी मनाला उभारी आली.

"सगुणा, चल, कुठं काम मिळालं तं बगू."

"आता कुठं काम मिळायलंय?" सदा म्हणाला.

"पाटलाचितं पापड, कुरड्या करत्येत, कुठं खळं झालेलं शेत साफ करायचं असतं. बगते काय मिळतं का. घरात बसून काय व्हनार? तुमी ह्या पोरांकडं लक्ष ऱ्हाऊ द्या."

"हं..." सदा अपराध्यागत हुंकारला. जणू तो ट्रक त्यानं स्वत:चं आपल्या अंगावर घातला होता.

ती कामासाठी वणवणत होती. पण एवढ्याशा गावात काम मिळेना.

अखेर तिनं पाटलाचं घर गाठलं.

"वह्यनी बाई..."

"काय गं."

"काई काम असलं तं द्या."

"आता काय काम देऊ बाई तुला? बरं... एवढे मूग वाटून दे. मूगवड्या करायच्या आहेत."

"व्हय व्हय, देते की."

ती आणि पोरगी झपाट्यानं कामाला लागल्या. तिचे हात वरंवटा चालवू लागले. आहे नाही तेवढं बळ हाती आणून एकेक घास वाटत चालली.

पाटलीणबाईनं साडी अंथरली. त्यावर त्या मुगवड्या तोडू लागल्या.

"जा की सगुणा, वह्यनींना वड्या तोडू लाग." तिनं सगुणाला म्हटलं.

माय आपलं आयुष्यच जणू भरडत होती न् पोरगी त्या भरडल्या आयुष्याचे तोडून वडे घालत होती.

दोन-तीन तास वडे तोडणं चाललं होतं. पाटलांचं लेकुरवाळं नांदतं घर. घरात लेकी-सुना-मुलं-जावई. चार-पाच साड्या लांबवर अंथरून मुगवड्याच्या रांगोळीनं भरल्या.

"वह्यनी, उद्या बी काई काम असलं तं सांगा."

"चांगलं केलं गं काम. ये उद्या. तुझ्या भरवशावर घर आवरायला काढते. डबे डुबे घासायचे. पुसपास करायची. येणार असशील तं पक्कं सांग."

"यीन ना वं...अशी कशी नाई येनार.' ती निघू निघू करत होती. रेंगाळत होती.

वह्यनीनं ओळखलं.

दहाची नोट हाती दिली. ती चाचरली.

"वह्यनी आनखी द्या न्हवं थोडे..."

"शेतात गेली असती तं दिवसभर राबून वीस रुपये कमवले असते. तीन तासांत..."

"व्हय वह्यनी, बरुबर हाय पन लई अडचन आली बगा." ती डोळ्यात पाणी आणून आपली अडचण सांगू लागली.

"तुमची बहीण समजा पन थोडं आणखीनं द्या."

"बरं बाई हे घे."

"आगं, शहरासारखी कामं कुठं मिळतात इथं. शहरात धुणं, भांडी, फरशी, केर कामाला वानवा नाही." असं म्हणत वहिनीनं आणखी पाच रुपये दिले.

"ऐक...कालच्या पोळ्या आहेत. जाता जाता पांजरपोळातल्या गाईला टाकून दे..." वहिनीनं पाच-सहा पोळ्या कागदात बांधून तिच्याजवळ दिल्या.

"गाईलाच टाक हो. कुत्र्याच्या तोंडी नको जाऊ देऊ."

"जी वह्यनी. गाईलाच दीन न्हवं...येते उद्या."

ती तडक घरी आली.

घरी आल्या आल्या पोळ्या उघडल्या. पोळ्यांना आंबूस वास येत होता.

तिनं पोळ्यांचा कुस्करा केला. बगोल्यात मिरचीची फोडणी घातली न् त्यावर कुस्करा घातला. झोपडीत वास दरवळला तशी पोरं धावत आली.

तिनं नवऱ्याला, पोरांना खाऊ घातलं.

"मी तुमची औषिदं घेऊन येते..." म्हणत ती बाहेर पडली.

कनवटीला तीस रुपये होते. वस्तीत एक औषधाचं दुकान होतं. तिनं डॉक्टरांची चिठ्ठी दाखवली.

"केवढ्याची व्हतील ही औषिदं?" दुकानदारानं हिशोब केला.

"शंभरन् वर दहा."

"भाऊ, तीस रुपये आत्ता देते. उद्या, परवा करून समदे पैसे फेडीन."

"कशी फेडशील? मी पण याच गावचा हाये. काम न्हाई न् धंदा नाही. आसं कर, त्या तीस रुपयात थोड्या थोड्या सगळ्या गोळ्या देतो. दहाच्या जागी दोन अशा."

"आसं कामुन करतो भाऊ?"

"दुकानं असंच चालवावं लागतं."

"बरं मग आसं कर ईस रुपयाचीच औषिदं दे." तिनं वीस रुपयाची औषधं घेतली. वाण्याकडून दोन किलो ज्वारी घेतली. ती घरी आली. तिनं नवऱ्यापुढं औषधं ठेवली.

"कशाला आनली औषिदं. तेल-मिरची आणायची असती." नवरा कसंनुसं म्हणाला.

"पोट तं नेहमीचंच हाये. तुमचं दुखणं..."

"ते बी तं नेहमीचंच व्हनार हाय. आता काय तुटक्या हाताच्या जागी नवा हात फुटणार?"

तिच्या डोळ्यांत पाणी आलं.

नवऱ्याची कमजोरी, त्याच्या वेदना तिच्या लक्षात येत होत्या. जखम ओली होती. रक्त वाहून गेलं होतं. हाताच्या जागी हात तर येणार नव्हता, पण जखम सुकायला हवी होती, चेहऱ्याचा पांढरा फटकपणा कमी व्हायला हवा होता, हातापायाचा कंप कमी व्हायला हवा होता. डॉक्टरांनी फ़ळं, हिरव्या भाज्या, अंडी खायला सांगितली होती. इथं तर हातातोंडाची गाठ पडत नव्हती.

"तुम्ही बरं व्हा. थोडं उठता-बसता यील तं मी जोमानं कामाला लागीन." ती उसनं अवसान आणत म्हणाली.

तिनं नवऱ्याच्या केसांवरून हात फिरवला. नवऱ्याच्या डोळ्यांत लहान लेकरागत पाणी आलं.

"आता तुज्यावरच भार पडला बग माजा आन् ही लेकरं...त्यांची भूक." त्यानं तिच्या ओटीत तोंड झाकलं.

ती जात्यावर बसली. तीन तास मूग वाटल्यानं हात जड झाले होते.

तिनं पोरीला हाळी दिली.

"सगुणा ये बाई, जरा हात लाव."

सगुणा आईसारखा एक पाय दुमडून एक पाय लांब करून बसली.

जातं घरघरू लागलं. किती दिवसांपासून घरोटा बंद पडला होता. त्याचा आवाज सुरू झाला. तिनं पिठाचा कणन्कण डब्यात उचलून ठेवला.

ooo

कधी काम मिळत होतं, कधी नव्हतं. नवऱ्याची औषधं घेतली की उरलेल्या पैशात ज्वारी-तेल असलं काही ती घ्यायची.

काही दिवस दोन घासाचे असायचे, कधी दोन घोट पाण्याचे. भूक लागली की पाण्यानं पोट भरतं हे मुलं हळूहळू जाणू लागली. पण त्यांच्या शरीराला नुसतं पाणी मानवत नव्हतं. पोरांचे डोळे दिवसेंदिवस खोल जायला लागले, हाडं वर आली. पैसा कमवायचा त्यातला अर्ध्याच्या वर पैसा औषधात जायचा, उरलेल्या पैशाचे दोन घास यायचे ते पाच जणं वाटून घ्यायचे. त्यात सगुणाला आईसोबत कामालाही जावं लागायचं.

त्या दिवशी दोघी काम करत होत्या आणि अचानक सगुणा घेरी येऊन खाली पडली. सगुणाला घेऊन ती सरकारी दवाखान्यात गेली.

"बाई, पोरीनं किती दिवसांत खाल्लं नाहीये? हे असंच राहिलं तर पोर एखादे दिवशी..."

डॉक्टर गप्प झाले.

तिला तिथंच उरी फुटून रडावं वाटलं. सगुणाला घेऊन ती घरी आली.

"मढं बशिवलं या उन्हाळ्याचं येक काम न्हाई - पैसे आले तं चाललेय औषिदावर" ती मनातल्या मनात करवादत होती.

घरी आली तर घरी वेगळंच नाटक चाल्लं होतं.

राधी येऊन तावातावानं बोलत होती.

"एवढीशी पोर पन त्यान्ले बी अक्कल हाये कशी चोरी करायची."

"काय चोरलं गं बाई माझ्या पोरानं."

"भाकरी - चार भाकऱ्या घिऊन पळाला मेला. मागं लागते तं उकिरड्यावर फेकल्या. माजुरा मेला."

"राधाक्का, पोर हाय माफ कर ह्या येळी. कधी देऊन टाकीन ज्वारी." तिच्यात भांडण्याचंही अवसान नव्हतं.

"तोंड बघा ज्वारी देणारीचं. समदा पैसा तं नवऱ्याच्या दुखण्यावर चाल्लाय."

"बाई, आता काय करू माज्या नशिबाला! माज्या नशिबावानी कुनाचं नसावं. सोन्यावानी मानुस-" तिला पुढं बोलता यी ना.

राधीही थोडी वरमली.

"पोरान्ला चांगल्या सवयी लाव बाई. आज भाकरी चोरली, उद्या..."

म्हणत राधी निघून गेली.

पोरगं बावरून भिंतीला खेटून उभं होतं. आता आपलं काही खरं नाही. माय मारणार!

पण तिनं त्याला जवळ घेतलं. अंगावरून हात फिरवला. हाडांची मोळी बांधावी तसं ते शरीर.

तिनं त्याला छातीशी ओढून घेतलं.

"माय...ह्या भाकरी आनल्या बग."

"अरं, तू तं उकिरड्यावर फेकल्या व्हत्या ना?"

"राधीमावशी मागंच लागली. ती माज्या हातून काढून घेनार व्हती म्हणून मुद्दाम उकिरड्यावर फेकल्या. उकिरड्यावरचं ती घेनार नव्हती. मंग मी उचलल्या... खाऊ आता?"

"खा पोरा. जरा झटकून घे पन" सर्वांनी त्या चार भाकरींचे तुकडे तोडले.

डॉक्टरच्या शब्दानं फुलाचा जीव हबकून गेला होता. आज सगुणा घेरी येऊन पडली, उद्या नाथा पडेल आणि ही तान्ही...तिचं आईचं काळीज तुटू लागलं.

पोरं पाखरावाणी नाजूक. त्यांना कसं जपावं आनं इकडं नवरा. आपले पंख तोकडे पडताहेत याची तिला जाणीव झाली.

पाटलीणबाईंचे शब्द तिला आठवले. 'शहरात दहा कामं मिळतात. भांडी, झाडझूड, धुणं. आपल्या खेड्यात असली कामं कोण देतं. तिथं एक बाई हजार दोन हजार कमवते.'

फुलाच्या हृदयाचे ठोके वाढू लागले. आपल्या पंखात नवरा आणि मुलं दोघंही सामावू शकत नाहीत. जेवढं कमवून आणावं तेवढं नवऱ्याच्या दुखण्यावर घालावं लागतं आणि इकडं तिन्ही भुकेजली पोरं, त्यांचे खोल गेलेले डोळे, सगळ्या शरीरावर उमटलेले भुकेचे आलेख, आलेख कसले, भुकेच्या पंजाचे ओरखडे.

"माय...लई दिस झाले...डाळ केली न्हाई. उद्या डाळ करशील. चीच घालून?"

मधलं पोरगं तिच्या गळ्यात हात टाकून विचारत होतं. आपला इवलासा पाय त्यानं तिच्या कमरेवर टाकला होता.

तिच्या हृदयात सारी आभाळमाया जमा झाली. ती हृदयातही मावेना.

"व्हय...करीनं हं उद्या." तिनं त्याला जवळ ओढलं. त्याच्या गालाचे, ओठांचे मुके घेतले.

"माय, मी मोठा झालो की रोज तुला डाळ आनून दीन. झालं तं टमाटं कधीकधी कोरड्यास बी."

"हां..." ती आवेगानं पोराच्या हाडांवरून हात फिरवत होती. धाकटी तिच्या छातीला बिलगली होती, मोठी पाठीकडून तिला बिलगली होती. त्याक्षणी पृथ्वीगत तिचं अस्तित्त्व झालं होतं आणि तिनं आपल्या बाळांना कवेत घेतलं होतं.

आपल्याला ह्या पोरांना जगवायचंय... ही अश्राप पोरं... त्यांचं निरागसपण. तिच्यातली आई आता अधिकाधिक उंच होत होती. जणू तिला आभाळाला भिडायचं होतं.

गावातल्या चावडीवर नऊचे ठोके झाले. रात्र अंधारून आली होती.

तिनं नवऱ्याला दुखणं कमी व्हायची गोळी दिली.

आणि तिला आठवलं- जिल्ह्याच्या गावी जायची शेवटची बस रात्री दहाला असते.

तिनं एका पिशवीत आपले कपडे भरले, मुलांचे कपडे भरले. सावकाश आवाज न होईल अशी गरजेची भांडी पोत्यात टाकली. पोत्याचं तोंड तिनं बांधून टाकलं.

गोळी घेतली न् नवरा गपगार झोपला. तिनं दोघा पोरांना उठवलं.

"माये...कामुन?"

तिनं ओठांवर बोट ठेवून त्यांना गप्प केलं. ती नवऱ्याच्या जवळ आली. त्याला डोळाभर पाहिलं. त्याच्या पायाशी तिनं डोकं टेकवलं.

'मला माफ करा.' ती पुटपुटली.

डोळ्यांतलं पाणी पायावर पडू नये म्हणून आटोकाट प्रयत्न केला.

दोन्ही गाठोडी खांद्यावर पेलत, धाकटीला कमरेवर घेऊन दोघा मुलांसोबत ती बाहेर पडली. ती घाईनं बसस्टँडच्या दिशेनं चालत होती.

"माये...कुटं जायचं?"

"रोज भाजी-डाळ खायची न्हवं? मग चला..." तिनं सगुणाला उत्तर दिलं.

क्षणभर थबकून तिनं मागं वळून पाहिलं. तिची झोपडी उसळत्या अंधारानं गिळून टाकली होती. पायाखाली अंधार असला तरी बसस्टँडची गॅसबत्ती तिला दिसत होती. त्याहून ही तिच्या सोबतचे तीन जीव तिच्या अंधाऱ्या वाटचालीला

प्रकाशाचं बळ देत होते.
तेवढा प्रकाश तिला जगायला पुरेसा होता.

५. चकवा

सकाळ झालेली. कामाची वेळ. बायका-माणसं घरातलं आटोपून शेताकडे निघालेली. एवढंसं गाव. प्रत्येकाचं घर ओलांडत पांदीला लागायचं होतं. पण मध्येच संपतच्या झोपडीसमोर सर्वांचे पाय थांबत होते. सर्व आश्चर्यानं पाहत होते, ऐकत होते आणि मग कामाची घाई आठवून पुढे जात होते. तोवर सखूचे काही शब्द कानांवर पडत होते. नेहमी शांत असणारी सखू आज अगदी बोलभांड झाली होती, वाऱ्याशी बोलावं तसं ती अखंड बडबडत होती. एका हातानं चिखल कालवत होती. संपत मात्र अपराध्यासारखा गप्प बसला होता.

"सखुबाई, काय झालं हो? अशा कामुन वैतागायल्या? आन् ह्यो चिखुल..."

"काय करू माय...माज्या आयुष्याचा चिखुल कराया घातलाय! ह्यो माजा नवरा त्येचं दुसरं लगीन लावाया लागलेत त्याचे मायबाप."

"काय?..."

"व्हयं...आन् ह्यो गडी बी खाली मुंडी घालून बसलाय मुंडाळ्यांची वाट बगत!"

"का हो संपतराव, आसं कामुन?" विचारणारा विचारत होता.

"आता माज्या हातात काय न्हाय बाबा. मायबापान्ला नातवंड हवंय. आता तर त्येंनी सांगिटलंय, न्हाई नातवंड दिलं तं जमीन कसू देणार न्हाई. मी तरी कशावर जगू? इतके दिस दुसऱ्या पाटाचा इच्चार बी मनात आला नव्हता. पन आता मायबाप ह्ये असे पोटावर पाय रोवून अडून बसले. आता हिनंच समजुतीनं घ्यावं..." ऐकणाऱ्याला संपतची असाहायता कळत होती. नांगराखालची जमीनच काढून घेतली तं खायचं काय?...

"सखुबाई, जरा सबुरीनं घ्या. जी घरात यील तिला आपली धाकली बहीन माना."

"आजवर जीव लावला तो नवरा माजा नाही राह्यला तं ती परकी बाई मला बहीन समजंल व्हय? कर ना बाप्पा...लाव पाट तिच्या संग. पन मीही भिंत उभारून माजी खोली येगळी करून घेनार हायेच...आन् तुमच्यासमोर या माज्या दादल्याला बजावते. माज्या मीठ-मिरचीपुरता पैसा ह्यानं मला दिला पाह्यजे!"

खेड्यातली दहा-पाच माणसं, पंधरा-वीस बायका एव्हाना जमा झाल्या होत्या.

चिखल कालवता सखू फतकल मारून खाली बसली.

"वंशाला दिवा हवाय त्या म्हातारा-म्हातारीला, 'घरात न्हाई जोंधळं आन् दळाया बसलं खुळं' असली गत! लई पैसा वाहून चाललाय न्हवं त्यांचा! हितं दोन येळा खायची ददात न् निघाले दुसरं लगीन लावाया!"

लोकं या बोलण्यालाही मान डोलवत होते. दोघांचंही खरं होतं. बरं, हे असं पहिल्यांदाच होतंय असंही नव्हतं. वेगवेगळ्या कारणांनी गावात काहीजणांचं दुसरं लग्न झालं होतं. मग सखुबाईनं येव्हढं मनाला का लावून घ्यावं? बरंय, कामंही वाटली जातात. एकीनं भांडी घासायची तं दुसरीनं स्वयंपाक करायचा. शेतात एकीनं डावीकडची पात धरावी तं दुसरीनं उजवीकडची.

"पन काही बी म्हना, घरात पोराचे पाय रांगले पाह्यजेल. त्याच्या गू-मुतानं कपडे बी घान झाले पाह्यजेत. सखुबाई, जरा सबुरी..."

"ए सबुरीवाल्या, इकडं ये न् ते दगुड दे मला." सखुबाई काही समजण्याच्या मन:स्थितीत नव्हती.

"कोन शानपना शिकवायलं रे मला? या इकडं अन् ही भिंत द्या बांधून...चिखूल कालवलाय!"

काहीजण मागच्या मागे सटकले. काही खरंच पुढे आले आणि सखुबाईला मदत करू लागले.

"आवं, उठा न् धा-पाच किलो सिमिट आनून द्या. सिमिटाचा गिलावा लावते भित्तीला न्हाई तं पडंल एखाद्या दिशी तुमच्या न् तिच्या टकुऱ्यावर!" सखू सगळा राग शब्दांतून स्पष्टपणे दाखवत होती. पण भिंत घालून का होईना, तिनं संपतचं दुसरं लग्न स्वीकारलं होतं.

गावातल्या लक्ष्मीच्या मंदिरात संपत आणि सारजाचं लग्न झालं. सासू सासरे, नवरा-नवरी घरी आले तं सखू तिच्या खोलीच्या दारात मिरची कुटत बसलेली.

"सखुबाय, आगं आता ह्ये काय?"

“माज्या नवऱ्याच्या लग्नाची हळद कुटायची व्हती; पन ती सापडली न्हाई म्हणून मिरची कुटायले...” सखू ठसक्यात उत्तरली.

सासू थोडी वरमलीच होती.

“सखू, लग्नाला न्हाई आलीस. पन आता भाकरतुकडा तं दोघांवरून वोवाळून घाल.” सासू समजावत म्हणाली.

“काय गरज न्हाई भाकरटुकड्याची! मी मलाच ववाळून टाकलं हाय ना! पुरं हाय तेवढं...”

सासू गप्प झाली. सखूचा राग तिला समजत होता. पण घरात लेकरूही हवंच होतं.

“सारजा, पोरी...पुढं हो आन् पाया पड तिच्या.” तिने नव्या सुनेला सांगितलं.

सारजा पुढे झाली तं सखू चार पावलं मागे सरकली.

“ह्ये बग बाई, ही नाटकं माज्या सोबत खेळू नगं. गुमान तिकडं ऱ्हा. माज्या उरावर आलीस ती डोक्यावर नको बसू!”

सारजा चेहरा पाडून मागे सरकली.

“ह्ये बग सारजा, आता तूच तिच्यापेक्षा मोठी व्हय आन् सांबाळून घ्ये. मनानं चांगली हाय ती, पण जरा बिथरली हाये. सबागतीनं घेतलं तं ठिकानावर यील.” सारजाला बाजूला ओढत सासू तिच्या कानात म्हणाली.

सारजानं समजून मान हलवली.

संपतच्या घरी दोन चुली पेटल्या. एक सारजाची...एक सखूची. सखू आपल्या चुलीवर चहा करायची. कधी पिठाला फोडणी दे, तर कधी मूठभर कण्या शिजव...असं बेचव वैराळायची. आयुष्यच असं बेचव आहे, तिला वाटून जायचं. सारजा ठेचा कर, कधी पातोड्या कर, तर कधी तव्यावर पिठलं टाक, असं शिजवायची. इकडचा खमंग वास सखूच्या खोलीत जायचा. सखूला ठसका यायचा की ती मुद्दाम ठसकायची ते तिचं तिलाच माहिती! पण खोकता खोकता शिव्यांचा भडिमार सारजावर व्हायचा.

“काय मेले पोटाचे चोचले! लोकांचे जीव जाईस्तवर फोडण्या करत्येत!” एकेक शब्द फोडणी घातल्यागत बाहेर यायचा.

सारजा गोरीमोरी व्हायची.

आता हिरव्या मिरचीचा ठेचा केला तर ढास उठणारच. पण अक्काचं बोलणं कसं थांबवावं?

एकदा तर तिनं चांगलं वाटण करून कोरड्यास केलं. वाडगंभर कोरड्यास घेऊन ती सखूच्या दाराशी गेली.

"अक्का..."

सखू दारासमोर वाऱ्याला पडलेली.

"काय गं बाई?"

"ह्ये कोरड्यास केल्तं...तुमच्यासाठी आनलंय."

सखूनं उठून वाडगं हातात घेतलं न् बाहेर भिरकावलं.

"बरी कोरड्यास करून आननारी! कुठं काय करणीधरणी करून माझ्या जिवावर उठली व्हय?..."

"अक्का, असं कामुन बोलता? तुम्ही थोडं शांत ऱ्हावा. असा रागराग करू नका."

"माज्या सुखावर टाचा ठेवत तू आली न् राग नको करू? मग काय आरती करू?" सखू संतापून बोलत होती.

"बरं तं ऱ्हाऊ द्या...जात्ये मी...पन शांत व्हा..."

सारजा गेली तरी सखूची बडबड चालूच होती. कोरड्यात फेकलं ते भांड्यावर पडलं होतं. ती भांडी दूर ढकलत होती. जणू सारजा आणि संपतला ती दूर ढकलत होती.

तिच्या बोटाला कोरड्यास लागलं ते तिनं सहजगत्या चाखलं.

"मेलीच्या हातालाबी चव हाये. नवऱ्याच्या पोटातच शिरलीय!" आणखी कोरड्यास चाखून घेत ती पुटपुटली.

अशातच सारजाला सकाळी उलट्या सुरू झाल्या. आता तर सखूचा ऊर जेव्हा पाहावं तेव्हा भरून येऊ लागला. तिचे शब्द हळूहळू निष्प्रभ होऊ लागले. सखूला कुणी भेटायला आलं की तिचं गाऱ्हाणं सुरू व्हायचं.

"माझं नशीबच फुटकं हाये तं काय करनार? लगीन व्हऊन पाच वर्षं झालीत...समद्या राती जागवल्या; पण कूस इझलेलीच ऱ्हायली, ती काही जागली न्हाई आन् ती बगा, येऊन दोन म्हयने न्हाई झाले तं पोटुशी ऱ्हायली."

"सखुबाई, असं का म्हन्ता? तिचं लेकरू ते तुमचंच की! तुमचा बी नवरा हाय न्हवं संपत?"

"आता येतो कधीमधी...पन लेकरू झाल्यावर तिचं डोकं जाईल आभाळात! मग मला कोन कशाला इच्यारतं...!"

"सखुबाई, थोडं प्रेमानं वागा न्हवं दोघांशी. जरा रस्त्यानं जावं तं तुमचा

आवाज ऐकू येतो. आसं कामुन करता? जे झालं ते झालं. आता त्याला आपलं म्हणा...''

सखू वैतागली. ''तुमाला काय जातं शिकवायला? ज्याचं जळतं त्याला कळतं!'' सखूनं रागानं म्हटलं की समोरची व्यक्ती गुमान उठून जायची.

रात्र झालेली आणि सारजाला कळा सुरू झाल्या.

त्या शांत वातावरणात सारजाचं चढत्या क्रमानं वाढत चाललेलं कण्हणं सखू ऐकत होती. सोबत संपतची उलघाल...सारजाला धीर देणं...सुईणीला बोलावून आणणं.

सखू भिंतीला टेकून सुन्न बसलेली.

पाचोळा वाऱ्याबरोबर येत-जात राहावा तसे विचार येत-जात होते.

'मला बाजूला सारून ही माझ्या संसारात आली...आता परमेश्वरानं तिला बाजूला सारावं.' आपल्याच विचारानं सखू हादरत होती. 'पोरं झालं तं संपत मला इच्चारनार बी न्हाई...' काय करावं तिला सुचत नव्हतं.

पोर रडत जन्मलं तेव्हा सखूही अनिश्चित भविष्याच्या भीतीनं रडत होती.

सारजाची आई येऊन बाळंतपण करून गेली. संपतचे मुलाला लाडवायचे बोल तिला ऐकू यायचे.

एकदा संपत सखूजवळ आला. सखूच्या डोक्यावर त्यानं हात फिरवला.

''सखू, राग सोड. बघ, घरात लेकरू आलं. जरा समजुतीनं घे. मीबी काही हौसेनं तं दुसऱ्या पाटाला राजी झालो नव्हतो? पन लेकराची आस...''

''...झाली नं पुरी? मग आता बसा त्या लेकराला न् लेकराच्या मायेला मांडीवर घिऊन!''

''सखू, कसं समजवावं तुला?''

''नकाच समजवू!'' तिनं रागानं धुमसत म्हटलं.

हताश होऊन संपत निघून गेला.

एक दिवस मात्र संपत आणि सारजासाठी काळजी घेऊन आला. बाळाच्या 'पोटातलं' आलं. लेकरू रडायचं थांबेना. लेकराचं कापऱ्या आवाजात रडणं...टिपेला जाणारा आवाज...मध्ये दमून थांबणं...की पुन्हा रडणं.

सारजा असहाय होऊन रडत होती. संपत काय करावं न कळून डोक्याला हात लावून बसलेला. डॉक्टरकडे लेकराला नेऊन आणलं; पण पोर रडतच होतं आणि सखूच्या अंगात कोण संचारलं देव जाणे!

''आली मेली... वर ते लेकरू... लेकरू सांभाळणं लई साधं-सोप्पं

वाटलं व्हय? आता बसा रडत! माझे श्राप घेतले!''

पुढे काही बोलणार तोच तिचं बोलणं बंद झालं. ती आश्चर्यानं पाहू लागली.

सारजा लेकराला घेऊन तीरासारखी आत आली.

''बस करा अक्का, लई झालं!'' फतकल मारून बसलेल्या सखूच्या मांडीवर तिनं लेकराला ठेवलं.

''ह्ये घ्या, सांबाळा आपल्या लेकराला. लहानग्या जिवाला नका अघोरी बोलू. आजपासून तुमी त्याची माय अक्का. त्येला सांबाळा न्हाई तं मारा. लेकरू तुमचं हाये. आता तुम्ही तिकडं ऱ्हायचं आन् ह्या कोपऱ्यात मी ऱ्हाईन. तुम्ही ह्येलाबी सांबाळा. मी समजीन, माजं लगीनच झालं न्हाई..'' हुंदके देत सारजा बोलत होती.

तुमचा लई राग हाये माज्यावर. तुमच्या जागी मी असते तं मीबी तुमच्याच वाणी वागले असते. तुमचं काई चुकलं न्हाई. येकदा लगीन झालेल्या मानसासोबत 'दुसरेपनावर' यायला मलाबी काय नादर वाटत व्हतं? घरच्यान्ला लई इनवलं मी. पन, अक्का...आपलं काई चालतं का? मी नको म्हनत व्हते तं मारून-मुटकून मला लगीन लावायला तयार केलं. ह्यान्ला तरी कुटं दुसरं लगीन करायचं व्हतं? पन माय-बापानं वंशाला दिवा हवा म्हणून त्येंचा जीव खाल्ला तवा ह्ये तयार झाले.

पन दोघान्लाबी तुमचं दु:ख बघवत न्हाई. तुमची काय चूक व्हती? आज न्हाई तं उद्या द्येवानं तुमची वटी भरली असती.

अक्का, आता लेकरू जलमलं हाय. इतकासा जीव... त्याच्या 'पोटातल' आल्येलं...त्या जिवाला सराप देऊ नका अक्का. त्येला तुमचं समजा. त्येला घेऊन तुमी ऱ्हावा तिकडं...ह्येंच्या संग...पन...''

तोंडात बोळा खुपसून सारजा हमसून हमसून रडत होती...आणि सखू...तिचेही डोळे भरून आले होते. तिनं प्रेमानं आपल्या सवतीच्या डोक्यावरून हात फिरविला.

''सारजा, चुकलं माजं. रागानं आंधळ्यागत झाली व्हते मी. खरंच माय...आपल्या हातात काय बी नसतं. गाय-म्हशीवानी जिकडं हाकललं जातं तिकडं जायचं...लेकराला माज्या मांडीवर ठिवलंस, मला माय म्हनलीस...भरून पावले! आता तूच मला माफ कर...''

''अक्का, न्हाई. तुमच्या सुखावर पाय ठिवत मी आले. तुमचा मान

मोठा...तुमी माफ करा न् बाळाची माय व्हा. मी फक्त दूधमाय व्हऊन राहीन.''

सखूच्या डोळ्यांतलं पाणी आटत नव्हतं. ती मनातल्या मनात स्वत:लाच दूषणं देत होती.

''दूधमाय कामुन बाई...तूबी माय न् मीबी माय. बरं डोळ्यांत अंजन घातलं.''

आता सखू लेकराकडे पाहत होती. त्याचं आक्रंदन चालूच होतं.

तिनं त्याला छातीशी धरलं आणि संपतला हाक मारली-

''आवं, आधी जावा न् नाम्याच्या आईकून एलवा घिऊन या.''

''एलवा?''

''व्हय. लेकराचं पोटातलं आलंय न्हवं? पोटावर एलवा घालू न् तालुक्याच्या गावी दवाखान्यात नेऊ. घाबरू नगं. आता मीबी हाय ना!''

तिनं बाळाला छातीशी धरलं, सारजाला धीर दिला.

संपतनं आणलेला एलवा तिनं आपल्या हातानं हळुवार बोटानं बाळाच्या पोटाला लावला.

एक दिवस पुन्हा संपतच्या घरासमोर लोक जमा झाले. संपत, सखू आणि सारजा तिघं मिळून सखूनं मध्ये घातलेली भिंत तोडून टाकत होते.

''का गं सखुबाई, गेला वाटतं राग?'' कुणा बाईनं विचारलं.

''आगं माय, रान घनदाट असलं की पायालाबी चकवे लागतेत; पण म्हणून चकव्यातच ऱ्हायचं नसतं, बाह्येर पडायचं असतं कुनाचं तरी बोट धरून. ह्या लेकरानं माजं बोट धरलं न् बाह्येर काढलं आन् लेकरात प्राण भरले सारजेनं- माज्या धाकल्या बहिणीनं...''

सगळ्यांचेच डोळे हसत होते. बाळ मुठी चोखत शांत पहुडलं होतं.

◆◆◆

६. पदर

सुमित्रानं चुलीतली लाकडं पुढे ओढली. निखारे पुढे ओढले. पाणी शिंपडून तिनं लाकडं, निखारे विझवले. निखारे थंड झाल्यावर एकेक कोळसा तिनं बाजूला काढला आणि चुलीच्या बाजूलाच वाळायला ठेवला. टोपल्यातल्या भाकऱ्या तिनं वरखाली केल्या. मोजायला ती घाबरत होती. घरात चार माणसं. मुलगा आणि मुलगी वाढत्या वयाची. नवरा आजारी पडलेला. सध्यातरी अंथरुणावरून उठू न शकणारा आणि आपण. सकाळी कोंबड्याची बांग ऐकू आली तेव्हा ती उठली आणि आता सूर्याची उन्हं चुलीपावेतो आली होती. म्हणजे कापसाच्या कारखान्यात जायची वेळ झाली होती.

तिनं घाईनं उठून लुगडं झटकलं. पदर नीट केला. हात धुऊन तोच ओला हात केसा-तोंडावरून फिरवला. तळहाताकडे पाहिलं. चुलीच्या राखेचे बरेच कण हाताला लागलेले.

कसलं जगणं ह्ये...मातेरं म्हनावं की पोतेरं, कळंना झालंय. ती पुटपुटली.

"राज्या, ए राज्या..."

विशीच्या जवळपासचा तिचा मुलगा, बाहेर उभ्या मुलांच्या घोळक्यातून आत आला. त्याला पाहून तिचं डोकं भणाणलं.

"तोंड खंगाळलं का तसाच पारशानं गप्पा हाणत बसलाय?" तिनं रागानं विचारलं.

"तोंड धुतलंय. काई च्या गी इच्चार की!"

"च्या गी इच्च्यारायला घरात साखर,पत्ती लागती. हिथं पान्याचा पत्ता न्हाई. ह्ये बगुणंभर पानी हाय. चार भाकरी हायती आन् मेथीचं कोरड्यास. घ्या समदे खाऊन. मला उशीर व्हतोय," म्हणत तिनं एका कापडावर भाकर घेतली. तिच्यावर तिखट घातलं. चमचाभर तेल घातलं आणि भाकरी दुमडून कापडाची गाठ बांधली.

"ह्ये पाच रुपये घे. दोन कप च्या आण. तुम्ही तिघं घ्या पिऊन आनि आज कामाचं काई बग. माज्या एकटीच्यानं रेटलं न्हाई जात बग आता. कालपातुर रागवले. आज इनवणी करत्ये पोरा. काई काम बग. हातपाय हलीव. ह्ये बग, पिठाचा डबा रिकामा हाय न् घरात दाना बी न्हाई." तिनं पिठाचा रिकामा डबा त्याला उलटा करून दाखवला; तिनं एकवार चुलीकडं पाहिलं. लाकडं काढल्यावर चूल 'आ' वासून बसल्यागत दिसत होती. आता संध्याकाळी हिच्या तोंडात काय घालावं, हा छळणारा प्रश्न पडायच्या आधी तिनं पायात चपला अडकवल्या. भिंतीवर मातीत लिंपलेल्या आरशाच्या एवढ्याशा तुकड्यात बघून तिनं कपाळावरचं कुंकू पिंजर टाकून अधिक गडद केलं. आपल्या गहूवर्णाकडे जाणाऱ्या सावळ्या रंगाकडे तिनं क्षणभर पाहिलं आणि ती बाहेर पडली. झपाझपा कारखान्याच्या दिशेनं चालू लागली.

नेटक्या बांध्याची सरळसोट ती अशी चालू लागली की तिला वीस वर्षांचा मुलगा आहे हे कुणाला सांगूनही खरं वाटायचं नाही. लोकांची नजर तिच्यावर खिळलेली असायची. आधी त्या नजरेनं तिला बरं वाटायचं, पण आता ती नजर तिला नकोशी झाली होती. काम करताना, कारखान्यात, रस्त्यावर तीच नजर कोणाच्या ना कोणाच्या डोळ्यांतून तिचा पाठलाग करत असायची.

डोक्यावरचा पदर सावरत ती कारखान्याच्या आवारात शिरली. तं सगळ्या बायका माणसं बाहेर उभी.

"काय झालं वं रत्ना? आज समदे लोकं भायेर कामुन?"

"सुमित्रे, अगं फ्यॅक्टरीला टाळं लागलं म्हंतेत बेमुदत."

"कामुन गं?"

"त्याचं त्येच जाणे."

सुमित्रेच्या पायातली शक्तीच गेली. कारखाना बंद झाला तर आपली गुजराण कशी व्हायची? आपला आजारी नवरा, दोन मुलं यांचं कसं व्हायचं? अंग झाकायला नाही मिळालं तर चालेल, पण भूक भागायला तं काही हवं. चार नाही त दोन घास हवे! तिनं नकळत रत्नाच्या खांद्याचा आधार घेतला.

"का गं, येवढी हातपाय कामुन गाळायली?"

"मग काय करू? रत्ने, तुझा नवरा रोजंदारीवर जातो. पन माजा नवरा आजारी हाये, पडून हाये."

"सुमित्रे, पोराला लाव की कामाला."

"कामाला लाग म्हननं लई सोपं हाय. पन् काम तं मिळाया पाह्यजे.

औंदाच्या साली पाऊस कमी झाला तं वावरं बी ओस पडलीया. कुटं मुटं एखान्द्या हीरीला पानी हाय तं ती बी नगरपरिषदेनं ताब्यात घेतली. पोर काम तरी कुटं करणार? सकाळ सांजच्याला जमत्यात अन् दुष्काळी कामाबद्दल बोलत्यात. पन् निस्तं बोलून काय व्हनार. काम तं सुरू व्हायला नको? रत्ने, तुला म्हणून सांगत्ये, अगं, येक दाना न्हाई घरात. पिठाचा डबा पार उल्टा क्येला. आता सांजच्याला काय करावं कळंना झालंय?''

''कुटं धुणं-भांड्याचं, झाडू-फरशीचं काम करशील?'' सुमित्रानं उसासा सोडला.

''बघ बाई कुटं काम असलं तं. काई नाई तं त्ये करनं भागच हाये.''

सुमित्रा घरी आली. नवरा बाजेवर तसाच पडून होता. राज्या आरशाच्या तुकड्यात बघून केस नीट करत होता.

ती आल्यावर नवरा प्रतिक्रिया द्यावी तसा खोकला. राज्याही तिच्याकडे बघून चमकला.

''तू कामुन परत आली, माय?''

''लई दिसापासून हाडं जाळली. म्हन्लं, आता राणीगत आराम करावा घरी म्हनून आले.'' एवढ्या वेळचं आलेलं अवसान आता मात्र तिनं हरवलं. ती फतकल मारून जमिनीवर बसली.

''अशी वाकड्यात कामुन बोलत्ये माय?''

तिचं हृदय भरून आलं. तिला बोलवेना. तिनं पदर डोळ्यांना लावला.

''राज्या, फ्यॅक्टरीला ताळं लागलं बग. काय करावं कळं ना झालं...'' ती डोळे पुसत होती.

''उद्या कॉलनीत जाते. तिथं राधी येका घरी कामाला हाये. तिला इच्यारते कुटं धुणं-भांड्याचं काम मिळालं तं. पण त्ये झालं उद्याचं. आज सांजचं काय करावं? येक पैसा न्हाई गाठीला. दोन घास खाणं न् ह्येंचं दवापानी यातचं संपतं समदं. काय करावं?''

राज्या कधी नाही ते तिच्याजवळ आला.

''माय, आजची काळजी करू नगं. ह्ये बग आज सकाळीच अशक्यानं कामाचा ठेपा दिला. आता तिथंच मी निघालो व्हतो तं तू आली.''

''कोन्त काम हाये?''

''रेल्वे टेशनवरंच काम हाय. मालगाड्या येतात न्हवं, तं त्यातला माल काढून ट्रकमधी भरायचा.''

''म्हंजी...हमाली काम?''

“हा, अशक्याबी करतो.”

“पन् हमाली काम तुला जमल? तू असा हडकुळा...”

“अशक्याबी माज्यासारखाच हाये. त्येला तं जमत...मला बी जमल.”

“बग बाबा.”

राज्या उत्साहानं बाहेर पडला.

संध्याकाळ व्हायच्या आधीच राज्या परतला. राज्या थकलेला होता. आल्या आल्या त्यानं भुईवर अंग टाकलं.

“मायेऽऽ लई हाडं फोडणारं काम हाय बग, पन् करावंच लागंल...”

“माय, उद्या तू येशील टेशनवर?” राज्या.

“माझ्याच्यानं काय पोतं उचललं जाणार हाय?” सुमित्रा.

“न्हाई माय, सांगतो तुला...”

राज्याच्या डोळ्यांपुढे आजचा दिवस येत होता.

ठेकेदाराचे ट्रक रेल्वे स्टेशनच्या आवारात लायनीनं आले आणि मालगाडीच्या एकेका डब्यापुढे उभे राहिले. मजूर तयारच होते. डब्यातल्या गोण्या ट्रकमध्ये ठेवल्या जात होत्या. डब्यामध्ये पोत्यांच्या थप्प्या एकावर एक ठेवल्या जात होत्या आणि त्या वजनानं कुठं कुठं पोतं उसवलं जात होतं, फाटत होतं. गहू डब्यातून ट्रकपर्यंत नेताना गव्हाची धार लागत होती. पण त्या सांडण्याची ठेकेदाराला पर्वा नव्हती. ट्रक भरून गेले, तशा काही बायका पुढे आल्या. जवळपासच्या झोपडपट्टीतल्या त्या बायका. अंगावर फाटक्या साड्या, कुणाच्या अंगावर मंगळवार बाजारातून घेतलेली टिकलीची साडी. बायका हातातल्या फडक्यांनी जमिनीवर पडलेला गहू खड्यागोट्यांसह जमा करत होत्या आणि सोबत आणलेल्या फटकुरात बांधत होत्या.

“मावशी, हे काय गं? हा गहू मातीतला?” राज्यानं विचारलं.

“पोरा, अरं अन्न हाय ते. माती कालवली म्हणून काय झालं. मातीतून तं उगवलं हाय. घरी जाऊन पाण्यात भिजू घालीन घटकाभर. जरा रोळून घेतलं तं दोन-चार किलो हाती येतेत. उन्हाचं एका तासात गहू कोरडे व्हतेत. अन्नासाठी तं हाय समदं. मातीला घाबरून कसं चालंल?”

“खरं हाय”

“मुकादम बरा घेऊ देतो तुला?”

“वळख हाय. ज्याची वळख न्हाई त्यांनी हप्त्याला पाचपन्नास त्येला द्यावं. त्ये बी परवडतं. न्हाईतरी काय कुत्र्या-मांजरापोटी जाणारा गहू आपण

येचतोय. समदा मातेरा...''

विशिष्ट वेळ झाल्यावर मुकादमाची शिट्टी घुमली.

''चल गं माय. व्यापारी आला दिसतो.'' म्हणत एकेकीची पांगापांग झाली.

निघताना मजुरी घेऊन राज्याच्या डोक्यात काही घोळत होतंच.

''साहेब, हे सांडेल गहू वेचायला माज्या आईला उद्या बोलावू? मपली आई कामावर व्हती पन आजच गिरणीला टाळं लागलं. दुसरं काम लागस्तवर...''

मुकादम राज्याकडे बघत होता. एकेरी बांध्याचा, गव्हाळ गोरा, मोठे डोळे.

''घिऊन ये.'' मुकादम.

''ते तुमचं काय ते...''

''ते बघू माय आल्यावर'' मुकादम आपल्या घोगऱ्या आवाजात म्हणाला.

आताही राज्यानं ते सगळं आपल्या आईला सांगितलं. सुमित्रेला तं देव पावल्यागत झालं.

''जो चोच घडवितो तो दान्यापान्याचीबी येवस्था करतो.'' ती भरल्या आवाजात म्हणाली.

''राज्या, त्यानं तुला पैसा किती दिला रे?''

''येका पोत्यामागं दोन रुपये. लईच जड काम हाय, माय. सवईचं बी न्हाई न माज्या. वळणच न्हाई शरीराला पोतं उचलायचं. अशक्याबी माज्याच वाणी, पण त्येला जमलं बग ते उचलणं. असा दम खाऊन एक झटका मारतो की, पोतं पाठीवर...दाणदाण पावलं टाकतो. पुन्हा एकदा दम खाऊन झटका की, पोतं ट्रकमदी. जमलं अशक्याला.'' सुमित्रेचं मन भरून येत होतं. तिनं चिमणीतलं घासलेट हातावर घेतलं. राज्याच्या खांद्याला ती चोळू लागली.

राज्या हसला.

''कामुन रं हसायला?''

''पोळ्याच्या दिशी बैलाचे खांदे असेच चोळतेत.''

''बरं भाड्या, लईच बोलतो. बैल कामुन? तू माजा वाघ्या हाय.'' तिनं कौतुकानं म्हटलं.

तेवढ्यात नवरा खोकला.

''राज्या, थोडं पैसं दे तं, किलूभर दाणे लगे चक्कीत दळून आन्ते. आन् पाच रुपये जास्तीचे दे. तुज्या बापासाठी अंडं आन्ते. त्येन्ला काही देणंच व्हईना झालंय बग. वाऱ्यावर सोडल्यागत.'' तिचा आवाज भरून आला.

चांगल्या करत्या सवरत्या माणसाच्या मागे टी.बी. लागला होता. सगळं घरच

डबघाईला आलं होतं. त्यानंतर संसाराचा सर्व भार सुमित्रेच्या खांद्यावर आला होता.

राज्यानं पैसे आईच्या हवाली केले.

दुसऱ्या दिवशीची सकाळ. राजा आणि सुमित्रा रेल्वे स्टेशनवर पोहोचले. रेल्वे रुळांच्या एका बाजूला मालगाडी उभी होती. हळूहळू ट्रक यायला लागले होते. काही बायका बाजूला आडोशाला बसल्या होत्या. प्रत्येकीच्या हाती एखादं धुडकं किंवा प्लॅस्टिकचं पोतं होतं.

सुमित्रा पाहत होती. पोती डब्यातून ओढताना गहू खाली सांडत होता. मातीत मिसळत होता. ते पाहून सगळ्या बायकांचे जीव वरखालीही होत होते आणि त्याच वेळी त्यांना गहू सांडताना पाहून समाधानही वाटत होतं. मातीत मिसळणारं धान्य त्यांना मिळणार होतं.

एका नजरेचा इशारा सगळीकडे गेला.

"चला गं."

"चल, चल" म्हणत सगळ्या पुढे झाल्या, त्यांनी आपापल्या जागाही वाटून घेतल्या होत्या.

"ए बाई, तू कोण गं?" मुकादमाने अचानक सुमित्राला अडवलं.

सुमित्रानं डोक्यावरचा पदर सावरला.

तेवढ्यात राज्या समोर आला.

"साह्येब, मी काल म्हटलं होतं ना माझी आई..."

मुकादमानं सुमित्राच्या सडसडीत बांध्याकडे वरून खाली पाहिलं.

"ही तुझी आई आहे? सावत्र आई? मला तं तुझी बहीण वाटली."

"..." राज्या गप्प.

"हं,जाऊ दे तिला पंधरा नंबरकडे..."

"पंधरा नंबरचा डबा रे"

"बरं बरं"

"तिला डबा दाखव आणि तू तुझ्या कामाला लाग." मुकादम गुर्मीत म्हणाला.

"हां"

सुमित्रा पंधरा नंबरच्या डब्यापाशी आली. तिनं एक चादर आणि एक फडकं आणलं होतं. फडक्यांनी ती गहू गोळा करू लागली. गोळा केलेले गहू चादरीत भरू लागली.

तेवढ्यात डब्यात तिला कुणाचीतरी चाहूल लागली. तिनं पाहिलं. डब्यात मुकादम होता.

आडदांड मुकादमानं आपल्या हाती एक पोतं धरलं होतं.

"ए, इकडं ये."

सुमित्रा धावत डब्याजवळ गेली.

मुकादमानं हातातल्या ब्लेडनं गव्हाच्या गोणीला एक छेद दिला. गहू उसळून वर आले.

"घे लवकर" तो घाईनं म्हणाला.

सुमित्रेनं आनंदानं आपली चादर खाली अंथरली.

"हात्तीच्या भनं. चादर अंथरती व्हयं? अगं डायरेक्ट पोत्यातला माल देतोय."

"मजजवळ चादर हाये. दुसरं काय अंथरू?"

"कामुन? पदर न्हाई व्हयं? काढ अंगावरचा पदर आन् हातर."

"न्हाई न्हाई..."

"न्हाई तं चालती हो इथून. तू आन् तुजा लेक, दोघं बी."

"न्हाई आसं म्हनू नका. तुमच्या बहिणीवाणी मी..."

"लई बहिणी हायती मला, आणखी एकीची भर नको, हवं तं पदर पसर, न्हाई तं कटा..." विलक्षण मग्रुरीनं मुकादम म्हणाला.

सुमित्रा संतापली. त्याक्षणी तिथून निघून जावं असं तिला वाटलं.

पण डोळ्यांसमोर आजारी नवरा आला. पिठाचा रिकामा डबा आला आणि मुकादम तं राज्यालाही घेऊन जा म्हणतोय.

ती अगतिक होऊन खाली बसली.

तिनं कापऱ्या हातानं अंगावरचा पदर काढला. भुईवर अंथरला, तिची मान खाली गेली. डोळे जणू भुईत खोल खोल जात होते.

मुकादमानं पोतं तिरपं करून गव्हाची धार त्या पदरावर सोडली. धार खाली पडत होती. मुकादमाची नजर सुमित्राच्या चोळीच्या आता आत जात होती.

तेवढ्यात चाहूल लागली. सुमित्रानं दृष्टी वर केली. समोर राज्या.

सुमित्राकडे खाऊ की गिळू असा बघत असलेला.

त्यानं क्षणभर मुकादमकडे पाहिलं. डोळ्यांतल्या रागाची जागा हिरमुसलेपणानं घेतली.

"चल माय. माझं काम झालं."

"चल" तिनं पदरात जमा केलेलं धान्य जवळच्या चादरीत भरलं. पदर अंगावर घेतला.

मुकादमानं पोत्याचा हिशोब करून राज्याच्या हाती पैसे दिले.

दोघं मुकाट्यानं घरी परतत होते. राज्या जोरानं पावलं टाकत होता. तो रागानं फणफणत होता. सुमित्रेला अगतिक वाटत होतं. संकोचही वाटत होता.

"माय, काय केलं तू? आंऽऽ मुकादमासमोर"

सुमित्रा गप्प होती.

"तुला अंगावर पदरबी घेता येईना झाला व्हयं? आजवर ह्येच करत आली व्हय तू?"

आता मात्र सुमित्रेला राहवलं नाही. ती अंतर्बाह्य पेटून उठल्यागत झाली.

"आजवरचा हिशोब मागतो व्हय तू? हिशोब मला मागायच्या आधी तुझ्या त्या मुकादमाला माग. चादर टाकाया लागले तं त्यानं पदर टाकाया लावला. न्हाई टाकला तं मुलाला बी कामाला येऊ देनार न्हाई म्हणाला."

"काय?"

"हां. कधी माझा डोईवरचा पदर घसरलेला पाह्यलास तू? पन् तुझ्या कामाचा बी दाखला त्यानं दिला. ना गहू, ना पोराला मजुरी देणार असं सांगितल्यावर माझा नाविलाज झाला. देवापुढं बी पदर पसरला नव्हता, असा पदर त्याच्या म्होरं पसरावा लागला. मी तरी काय करू? जगायचं म्हणल्यावर काय काय तमाशे करावे लागतेत ते करावेच लागतील. धुनं-भांड्याचं काम मिळंल तवा मिळंल, पन तवर..."

राज्या गप्प झाला. पोती उचलून दुखणाऱ्या खांद्यांना दाबत राहिला.

दुसऱ्या दिवशीची सकाळ उगवली.

कालचे आणलेले गहू दळून आणून त्याची पोळी पोटात गेली.

राज्या तयार झाला. सुमित्रा गप्पशी बसली होती. काय करावं तिला कळत नव्हतं.

"माय चलती?"

"काय करू?"

"ह्ये बग. ही चोळी अंगात घाल. काल मुद्दाम शिवून घेतली नाम्याकडून. बंद गळ्याची हाय." त्यानं हताशपणे तिच्याकडे पाहिलं. "माये, माज्या हाती येवढंच हाये. बाकी तुझी आब्रू तुझ्या हाती जप. भांड्याचं काम मिळेस्तवर." नांगी टाकल्यागत राज्या म्हणाला. दोघं मायलेक स्टेशनच्या रस्त्यानं चालू लागले.

◆◆◆

७. नातं

जिवा सकाळचा हळूच उठला. नेहमी पहाटेच्या पाखराच्या पहिल्या शिळेला तो उठायचा. पण आज मात्र पाखरांचा कलकलाट सुरू होईपर्यंत तो पडून होता.

'काय करायचं उठून?' याचा तो विचार करत होता. त्याचा शेतातला आज शेवटचा दिवस. उद्यापासून शेताचा कब्जा किसनशेठ घेणार होते. काल ज्वारीची सोंघणी झाली. ज्वारीची पोती, कडबा जिकडचा तिकडे झाला. संध्याकाळी घामेजला जिवा किसनशेठकडे पोहोचला.

"शेठ, रामराम. झालं वावर खाली. आता उद्यापासून वावर तुमचं. दाणं पोत्यात भरेस्तो तुम्ही थांबलात, शबुद पाळलात. आता उद्या मपली माय तुमची माय झाली. येक इनंती हाय."

"काय रे?"

"माज्या मायीला पोरकं करू नका. तिच्याकडं लक्ष ऱ्हाऊ द्या आन्... उद्याच्या दिसभर मला वावरात जाऊ द्या. आजचा सारा दीस कामात गेला. उद्या जरा तिच्या कुशीत लवंडून घेतो. हिरीच्या पान्यानं अंग धून घेतो."

किसनशेठनं हसत त्याच्याकडे पाहिलं.

"बरं बरं, जा तू. पण उद्या नंतर मात्र शेतात यायचं नाही. सांगून ठेवतो."

"जी... ऱ्हाई येनार..." जिवानं किसनसेठची परवानगी घेतली.

आताही पडल्या पडल्या त्याला आपलं वावर आठवत होतं.

मोजून मापून चार एकराचं शेत होतं जिवाचं. पण शेतात विहीर होती आणि त्यामुळे आजवर किसनला जेवायची ददात पडली नव्हती. जोडीला कष्ट होते. जोंधळे, तर कधी माळवं, रबीच्या हंगामात गहू कधी पावसाळ्यात कपाशी

हे असं जिवा आजवर जमिनीतून पीक काढत होता. जिवाचं एक वेड होतं आणि गावातल्या लोकांना त्या वेडाचं कौतुक होतं. जिवाला आपलं शेत सुंदर दिसावं वाटायचं.

शेतातला गाडीरस्ता तासून केलेला असायचा. त्याच्या दोन्ही बाजूनं कधी हळदी-कुंकवाची झाडं तं कधी राजगिऱ्याचे तुरे उगवलेले दिसायचे. गव्हाच्या हिरव्यागार पिकात मोहरीच्या पिवळ्या फुलांची रांग झुलत असायची, कधी असंच हिरव्या मध्ये गोलाकार तो कांद्याची लागवड करायचा. तीन महिन्यांनं तिथं पांढरी गोलाकार फुलं डुलतं असायची.

आजूबाजूच्या शेतातले लोकं वहिवाटीनं जाताना जिवाला हसून म्हणायचे, "अरे, शेती करतो की बगीचा फुलवतोस रे?... ते सरकारी डाक बंगल्यातली बाग बी झक मारेल तुझ्या शेतापुढे."

जिवा हसायचा.

"भुई माय झाली तरी बाईची जात हाये ती. तिला बी नटायची लई हौस. पंधराशे साठ तऱ्हेची फुलं जल्माला घालते. आपण बी आपल्या परीनं तिला नटवावं. तिची हौस केली तं खूष व्हती न् धा च्या जागी बारा पोती जोंधळ देती. किती बी म्हन्लं तं मायचं ती! ती न्हाई तं कोन दील?"

"खरं हाय बाबा तुजं..."

लोक त्याच्या खुळाला हसायचे

आणि अशा जिवाच्या आयुष्यात एक दिवस विचित्रपणे उगवला. मोठ्या पोरानं एम.ए.केलं. पेपरातून नाव येत तो पास झाला. आनंद होता. पण हळूहळू आनंद ओसरू लागला. पोरगा या कॉलेजातून त्या कॉलेजात खेटे घालू लागला. नकार पचवू लागला. पण पुढे त्याची सहनशक्ती संपली.

"बाबा, अवघड आहे सगळं. प्राध्यापक म्हणून रुजू करून घ्यायचे पंधरा लाख रुपये द्यावे लागतात."

"किती?"

"पंधरा लाख."

"म्हणजे किती?"

"तुम्ही जन्मभर शेती केली तरी जमवू शकणार नाही एवढे."

"मंग कसं रे?"

"हो ना, बाबा...मी ही तोच विचार करतोय." मुलगा पुन्हा अर्ज भरायचा. इंटरव्ह्यूसाठी या गावाहून त्या गावी जायचा.

अखेर एक दिवस मुलाची उमेद संपली. तो काळवंडला चेहरा घेऊन जिवासमोर उभा राहिला.

"बाबा, सगळीकडे शोध घेतला. तालुक्याच्या गावीही शोध घेतला. पण पैसे देणं भाग आहे."

"आरं मग ते प्राध्या..."

"प्राध्यापक..."

"हां ते काय ते कशाला हुतो? गुर्जी व्हय की शाळेत. दोन्हीकडं पोरास्नी शिकवायचंच हाय ना!"

"बाबा, शाळेत शिक्षक म्हणून लागायला दहा लाख द्यावे लागतात. ते तरी फुकट थोडी आहे."

"अरे द्येवा, हा कसला वं पैशाचा खेळ मांडलाय माणसानं?" जिवा डोक्याला हात लावून म्हणाला.

"बाबा..."

"हां...?"

"कसंही करा पण... पैशाची सोय करा..."

"आरं येवढे पैसे म्हणजे काय तोंडचा खेळ हाये?"

"एक सांगू?"

"हं?"

"आपली शेती विका..."

"काय म्हन्लास गाढवा? येवढा मोठा काय म्हन्तात त्ये झाला न् अक्कल न्हाई? मायेला इकायला सांगतो?"

"बाबा..." पोरगा रडकुंडीला आला.

"बाबा, प्राध्यापकाला सहावा वेतन आयोग लागू झाला आहे. पन्नास हजारच्या वर पगार असतो."

"वर्षाला?"

"नाही. महिन्याला."

जिवानं आ वासला.

"बाबा, माझं एवढं काम करा. मी दोघा भावांची शिक्षणाची जबाबदारी घेतो. तुम्हालाही पैसे पाठवतो. पण एवढं काम करा बाबा." मुलगा काकुळतीला आला.

आधी तर जिवानं धुडकावून लावलं. पण मग हळूहळू तानीनं पोराच्या

सुरात सूर मिळवायला सुरुवात केली.

"बाळ्या आपल्याला बी तिकडं नेईन म्हंतो."

"ह्ये बग मी काय तिकडं येनार न्हाई."

"मी बी त्येच सांगितलं त्येला तं महिन्याचं पैसे पाठवतो म्हन्ला. आज धाकल्या दोघान्लाबी शिकायला तिकडं नेतो म्हन्ला. येकदा वावर विकलं की भूमिहीनांना की काय ते...सरकार मदत करती म्हनं. पोरांचं शिक्षण सरकार उचलतं."

"म्हंजी जमीन असूनच अडचण झाली म्हन की..."

"तसं न्हाई पण इच्यार करा. जमीन चिरंजीव हाय. पन आपण काय आज आहोत उद्या न्हाई. आपल्या माघारी चार येकराचे तीन तुकडे व्हतील आन् पुढच्या पिढीच्या हाती तं चिरोट्या येतील. मी म्हन्ते, पोरांचं शिक्षण व्हईल तिकडे चांगलं..." तानी.

सगळ्यांनी मिळून जिवाच्या जिवाला घोर लावला. अखेर एक दिवस जिवानं पोरा सर्वांसमक्ष सांगितलं, "ठीक हाये. तू म्हन्तो तसं. पण येक अट हाये..."

"तुमच्या सगळ्या अटी मान्य बाबा."

"पंचायती म्होरं कागदावर लिहून द्यायचं की धाकल्यांना सांबाळशील. आम्हाला पोटापुरता पैसा पाठवशील. तरंच व्हईल ते. न्हाईतं व्हशील ते काय म्हन्तेत ते करशील लगीन आन् शपथा जातील वाऱ्यावर."

"बाबा लिहून देतो मी तुम्हाला, इतकंच काय तुम्ही म्हणत असाल, तर दोघांचं शिक्षण मार्गी लागेपर्यंत लग्नही नाही करणार."

"न्हाई ते लग्नाचं बघू. दोन घास करून घालणारी तं कुणी हवीच की घरात. पन् बाकीचं समदं ध्यानात ठुवायचं."

गोष्ट अखेर पंचायती समोर आली. मुलानं पंचांसमोर लिहिलेल्या कागदावर सही केली. आईवडील आणि धाकट्या भावंडांची जबाबदारी मुलानं घेतली.

जिवा गप्प बसून घरी आला. जमीन विकायचं पक्क झालं होतं. पाहता पाहता गिऱ्हाईकही आलं. किसनशेठनं चार एकराचा सोन्याचा तुकडा बरोबर हेरला. पैसे या हातानं आले आणि त्या हातानं पोराच्या हाती गेले. पोराच्या हातून कॉलेजच्या सेक्रेटरीच्या हाती. पोर प्राध्यापक म्हणून रूजू झालं. पोरानं पहिला पगार आई बापाच्या हाती आणून दिला. पोरगा गहिवरून आला होता.

"बाबा, काळजी करू नका. तुम्हाला कमी पडू देणार नाही. दोघा

धाकट्यांसाठी शाळा पाहिलीय. तिथे खोली करतो...त्यांना घेऊन जातो.''

सगळं चांगलं होतं. खरं होतं. पण जिवाच्या मनातला एक कोपरा पार उजाड झाला होता. पंचापुढे ठरल्याप्रमाणे जिवानं लावलेली ज्वारी सोंधून काढली. पोती भरली. कडबा बांधला. शेतातून उचलला.

''किसनशेठ उद्या सर्व उचलून घेतो. परवा जमीन तुमची.'' जिवानं किसनशेठला सांगितलं.

शेवटचा दिवस उजाडला. जिवा आणि तानी पोतं घेऊन सर्व वेचायला गेले.

''काय रं जिवा...सर्वा येचायला जणू येऊ मदतीला.'' बाजूच्या बाळारावनं म्हटलं. जिवाची मन:स्थिती घालमेल ते जाणून होते. हे सगळं एका शेतकऱ्याला किती अवघड असतं याची जाणीव त्यांना होती. पण आता बोलायचं तरी काय? पोराचं पारडं जड करायला जिवानं आपलं पारडं रिकामं करून घेतलं होतं. त्यातही ताटातलं वाटीत वाटीतलं ताटातही गत होती. पण जमिनीची आणि जिवाची ताटातूट मात्र झाली होती. सर्वा वेचता वेचता जिवा आजवरच्या भुई सोबतच्या आठवणीही वेचत होता. आजूबाजूचे पाच-सहाजण जमले. जिवाला दिलासा देत होते. सर्वा उचलता उचलता हळदी-कुंकवाच्या (कऱडी) रोपाकडे त्याचं लक्ष जात होतं. केवढ्या अपूर्वाईनं जिवा वावर सजवायचा! सगळ्यांच्याच बोलण्याचा तोच विषय होता.

सगळे त्याला मदत करत होते.

'आलोच'' म्हणत जिवा बाजूला गेला. अगदी बांधापर्यंत...परत आला.

''जिवा, आरं लघवीला इतकं दूर जावं लागतं व्हय?...दोन-चार पावलं बाजूला जायचं.''

''हणमंता, कसं सांगावं माझं मन ह्या काळ्या आईच्या अंगावर हागाय-मुतायला बी नकोस वाटतं. पण कुटं बी जा तीच हाये. तिला टाळायचं कसं. पन् तिच्या उगवत्या कुशीवर काई घाण करू न्हाईसं वाटतं बग.''

सगळेच हेलावून गप्प झाले. सर्वा वेचून झाला. दोन दिवस झाले. जिवाचं वावराशी नातं संपलं. किसनशेठची माणसं वावरात नांगर धरून राबायला आली.

दोन दिवस...सूर्य कासराभर वर यायचा. जिवा अंथरुणातच पडून असायचा. दुखणं आल्यागत उठायचा उत्साहच त्यानं गमावला. दिवसभर घरात बसून असायचा. मध्येच काय करायचं न कळून बाहेर चक्कर मारायचा. जवळची

टपरी सोडून लांबवरच्या टपरीवरून तंबाखूची पुडी घेऊन यायचा.

"जिवबा, आज इतक्या लांब आलासा! जवळची टपरी बंद हाय जणू?"

"न्हाई रं बाबा. जमीन ऱ्हायली न्हाई. आता काय करावं कळं ना झालं. मग जरा येळ काढावा म्हनलं. लईच रिकामपण आलंय. आदुगर सालच्या साल जमिनीच्या मशागतीत कसं जायचं कळायचं न्हाई. आता उलिसा दीस खायाला यायलाय." जिवा उगाचच इथं तिथं रमतगमत होता. घरी आज जरा बसला की त्याच्या डोळ्यांपुढे वावर यायचं. वावराचा बांध यायचा. विहीर यायची. विहिरीतल्या काळ्या पाण्यात चमकणारा सूर्य यायचा. वारा आला की लवलवणारी पिकं यायची, त्यांचा सळसळ आवाज यायचा. पिकांचा आणि रानझाडांचा हिरवागार वास त्याला जाणवायचा, कधी उन्हात भेगाळलेली जमीन आठवायची, तर कधी पावसाळ्यात पाणी पिऊन तृप्त होऊन बीज अंकुरलेली जमीन कधी आठवायची. पिकाचा कणसांचा डोलारा सांभाळणारी जमीन आठवायची, तर कधी कणसं मोडून खळ्यात जमा केल्यावरची कूस रिकामी झालेली जमीन आठवायची.

जिवा बावरल्यागत झाला होता, वेडावला होता, रात्र रात्र तळमळत होता.

"काय व्हायलं हो तुम्हाला? सारखी कूस बदलताय...?" बाजूला झोपलेल्या तानीनं जिवाला रात्रीचं विचारलं.

"ताने, लईच आठोण यायलीय बग..."

"कुनाची?"

"वावराची. मातीशी नातं जडलं व्हतं बग आन् आता येकदम ह्ये आसं तोडून टाकणं जमत न्हाई तानी."

"तुमचं बी जगायेगळंच हाये. लहान मुलागत करायलात तुमी."

"व्हयं ल्हानच की तानी. अगं ती माय किती वर्सांची असंल...हजार? त्यापरता बी मोठी असंल. तरी ती तरणी-ताठी हाय. तशीच गर्भार ऱ्हाती... तशीच पिकान्ला जन्माला घालती. आपन आता आत्ता आलेलो. लई झालं तं पन्नास-पंचावन्न वर्सांपूर्वी. तिच्या म्होरं आपन लेकरंच. व्हय की न्हाई. माजा जीवच जडलाय बग तिच्यावर. म्हणून तिला नटवायचो, सजवायचो. तुला आज खरं सांगतो ताने, तुज्या परीस काकणभर जास्त जीव लावला बग जमिनीला आन् तीच पारखी झाली?..." जिवा हमसून रडायला लागला. तानीला काय करावं कळेना.

अखेर डोळे आटले. जिवा सुन्नसा पडून राहिला. रात्री कधी तरी झोपला.

पहाटेच्या पहिल्या पक्ष्यानं शीळ घातली आणि जिवा ताडकन उठला.

त्यानं तोंड खंगाळलं.

"ताने, उठ फटफटून आलं बग."

"काय माय तुमचं वं. रातीबी झोपू न्हाई दिलं आन् आता सकाळ न्हाई झाली तं उठवायले." तानी कुरकुरली.

"ताने, लाडात यिऊ नकं. उठ न् भाकरी टाकून दे." जिवानं जरबेनं म्हटलं.

"आँ, कुटं जायचं की काय?"

"हां"

"कुटं."

"शंभर प्रश्न इच्यारल्यावर उटणार हाये व्हय?"जिवानं चिडून म्हटल्यावर मात्र तानी उठली.

चूल पेटवू घातली. घरानं बरेच दिवसानं राम प्रहरी भाकरी थापण्याचा आवाज ऐकला.

"बांध शिदोरी."

हिरव्या मिरचीचा ठेचा भाकरीत ठेवून तानीनं शिदोरी बांधली.

जिवानं मुंडासं बांधलं, पायात वहाणा घातल्या.

"बरं आता तरी सांगा कुटं निघालात?" तानीनं धीर धरून विचारलं.

"वावरातं..."

"आवं पन..." तानी काही बोलू पाहत होती.

जिवानं डोळ्यांनीच तिला गप्प केलं.

तो झपाझपा वावराकडे आला.

आभाळ आता चांगलं पिवळंजर्द झालं होतं.

केव्हाही सूर्य क्षितिजाचं अंड फोडून बाहेर पडणार होता. वारा जिवाच्या शरीराला धुसमुसळेपणानं स्पर्शून जात होता, सकाळचा हिरवागार कडवट तुरट पण तजेला आणणारा गंध शरीरात चेतना भरत होता.

जिवानं सरळ औताला हात घातला.

"चलं रं...हिऱ्या...मोती..." म्हणत दोन्ही बैलांच्या पुठ्ठ्यावर थापट्या मारल्या.

बैल तटतटून उठले. बैलांना त्यानं औताला जुंपलं. नांगराचा फाळ लावला.

जिवा वावर नांगरू लागला.

पाहता पाहता गावभर बातमी झाली.

"जिवा जमीन कासाया लागला."

"जिवाला येडं लागलं की काय?"

"लई भन्नाटच हाय तो..."

"जिवाच्या मनात तरी काय हाय?" नाना लोक...नाना प्रश्न.

बातमी किसनशेटच्या कानांवर गेली.

किसनशेटनं घाईनं बंडी घातली. लगबगीनं ते निघाले. किसनशेट शेतात पोहोचले तं जिवा ताना घेतोय...नांगर हाकतोय. नांगराच्या फाळानं जमीन उसवली जातेय, धांडं अल्लाद बाहेर पडताहेत.

"जिवा... आरं जिवा..." किसनशेट नांगरा मागं जात ओरडले.

जिवानं कासरा ओढला.

'चॅक चॅक' आवाज करत बैलांना थांबवलं

"जी सेठ."

"आरं...जिवा...माझ्या शेतात आलास? काय मनात आहे तुझ्या आं?..." थोडं रागानं थोडं नकळून किसनशेटनं विचारलं.

जिवानं शेट समोर हात जोडले.

"शेट... जमीन तुम्हाला इकली. ती तुमचीच हाये. पन् येक इनंती हाये बगा. मायेची सेवा करू द्या मला. मी तिचं लेकरू हाये समजा. तिच्याबिगर मी ऱ्हाऊ शकत न्हाई. सारा जलम तिची मशागत करत आलो. तिला काय हवं नको याचा इच्यार करत आलो. आभाळ आलं तं तिच्यासाठी आलं वाटायचं, हिवाळ्याचा गारवा बी तिच्या वटीत दाणं घालाया आला असं वाटायचं, आन् उन्हाळा मशागतीसाठी. समदे मोसम तिच्याचसाठी असायचे. माज्यासाठी काही बी नव्हतं. मी तिच्याबिगर न्हाई ऱ्हाऊ शकत. मी तिला इकली काय न् न्हाई इकली काय...शेट...ती माझी माय हाय. आज तुम्ही तिला इकत घेतलं. घ्या बापडे. ती तुमची झाली...पन् तिची माज्यावरची माया थोडीच आटली? ना माझी तिच्यावरची. मला वावरात येऊ द्या शेट. मला काय बी नको. मी फक्त मायेची अशी सेवा करीन." त्यानं नांगरलेल्या जमिनीकडे दाखवत म्हटलं.

"शेट...मला पैसा नको, रोजन्दारी नको, काही नको...बस् ही काळी माय..." बोलता बोलता जिवाचे डोळे भरून आले. शेटच्या डोळ्यांच्या कडाही पाणावल्या.

"काय वेडेपणा हा जिवा!"

"जवर माय हाय तवर मूल येडंच असतं न्हवं शेट! आन् ही माय तं मरस्तवर आपल्या संगट...मरस्तवर का... मेल्यावर बी आपल्या संगट ऱ्हाती. राख व्हऊन तिच्याच कुशीत जायचं असतं न्हवं...पुन्हा उगाया."

शेटनं जिवाच्या पाठीवर थोपटलं. जिवाचा हट्ट त्यांनी स्वीकारला होता.

जिवाच्या डोळ्यांतली भुई आता नाना हिरवे रंग घेऊन झुळझुळू लागली.

♦♦♦

८. निमित्त

देवकाळे कॉलेजमधून घराकडे स्कूटरवरून चालले होते. डोक्यातला कॉलेजचा विषय पार संपला होता. आता घरी गेल्यावर सुमतीचं बरंच काही चालू होईल हे त्यांना आजवरच्या अनुभवावरून माहिती होतं. कारण आज दोन तारीख. पगार हाती आला होता. उणे पुरे साठ हजार जमा झाले होते. सुमतीची किराणा यादी तयार असायची, मुलांच्या मागण्या असायच्या. सगळं भागून बऱ्यापैकी सेव्हिंगही करावंच लागायचं. दोन मुलं, एक मुलगा, एक मुलगी. दोघंही हुशार. दोघंही महत्त्वाच्या शैक्षणिक वर्षाच्या उंबरठ्यावर उभी होती. दोघांना पुढचं उच्च शिक्षण त्यांच्या हुशारीमुळे देणंच भाग होतं. हा विचार आला की देवकाळेंच्या हृदयात एक सूक्ष्म कळ उठायची.

आपणही असेच हुशार होतो. खेडेगावात मॅट्रिकपर्यंत शिक्षण घेऊन आपणही गुणवत्ता यादीत आलो होतो, पेपरमध्ये नावही झळकलं होतं. पण पुढचं हवं ते उच्च शिक्षण ते घेऊ शकले नव्हते. त्यांना मेडिकल किंवा इंजिनिअरिंग दोन्हीकडे प्रवेश मिळणं सहज शक्य होतं. पण अखेर ते जमलं नाहीच. इंजिनिअरींगसाठी किमान चार वर्ष जिथं नंबर लागेल त्या मोठ्या गावी राहणं, तिथला खर्च, कॉलेजचा खर्च करणं दादाला अशक्य होतं, नि तेव्हाच बहिणीचं लग्न ठरलं. हुंडा, मानपान करावा लागला. बहिणीचं कन्यादान करताना दादानं जेवढं जमेल तेवढं केलं. पण अचानक नारायणाचा रिझल्ट लागला. पेपरात नाव आलं. दादाचा चेहरा उजळायचा तो उतरला.

“नारायणा, कसं रे आता. तू एवढा हुशार असल माहिती नव्हतं. आता गौरीच्या लग्नात बसायचा पाटपण काढून दिला बघ. जमिनीवर बसायची वेळ आली. काय करू?...” दादानं कळवळून विचारलं.

“दादा, शेतमालावर काही पैसा...”

"नारायणा, कोरडवाहू शेतीची काय दशा ती तुलाही माहिती आहे. आजवर कसंबसं भागलं. पण तुझ्या इंजिनिअरिंगचं कसं भागवावं..." दादा विचारात पडला होता. एक काम कर...तू नाव भरती कर. विहिरीसाठी पैसे मिळणार आहेत. उद्या, परवा...ते तुला देतो. विहिरीचं पुढं बघू...काय? पुढं...जसं जमंल तसंऽऽ..." तारेवर कसरत केल्यासारखं दादाच्या डोळ्यांसमोर पुढचं अर्थशास्त्र दिसत होतं. पुढची फी कशी भरायची...? पाऊस पडला नाही तं कोरडवाहू शेती डोळ्यांतलं पाणी पिऊन घेते.

पण दादाच्या मनाची द्विधा स्थिती त्या वेळी आपल्या लक्षात आली नाही. आपण इंजिनिअरींगला प्रवेश घेतला. कसंबसं एक वेळ जेवून एक वर्ष रेटलं. मार्क चांगले पडून उत्तीर्ण झालो पण एक दिवस दादानं बोलावून घेतलं.

घरी पोहोचलो तो पुर घरंच खंगलेलं दिसलं, घराची रया गेली होती.

"दादा, अचानक बोलवलं..."

"दोन घास खाऊन घे. मग बोलू."

आपण जेवायला बसलो. आपण, दादा, दादाची दोन मुलं.

ताटात भाकरी न् मेथीची भाजी आली. असं कधी झालं नव्हतं. आपण वहिनींकडे पाहिलं. वहिनीनं दृष्टी चोरली. मग काय मनात येऊन ती उठली. रिकामे डबे धुंडाळत बसली. तो रिकामा आवाजही कानांना सहन होईना.

हातात गव्हाच्या सालाचे पापड घेऊन वहिनी आली. निखाऱ्यावर पापड भाजले.

आपल्या पानात दोन पापड बाकीच्यांच्या एक एक. हा पाहुणचार वहिनीनं निभावला.

दादा बोलायच्या आधीच अवकळा आलेलं घर आणि रिकामे डबे खूप काही बोलून गेले होते.

जेवण झालं तशी पडवीवर घोंगडी अंथरून दादा आणि आपण बसलो. दादानं तंबाखूच्या पुडीतून एक चिमूट काढली, हातावर चोळली न् तोंडात टाकली. बाजूला दादाचं पानदान पडलं होतं. त्यात वाडवडिलांगत मोठा नक्षीदार अडकित्ता होता. दादाला फक्त सुपारीच्या खांडाचं व्यसन होतं. जेवल्यावर सुपारी कातरून दादा खायचा.

पण आज नुसती तंबाखू. तंबाखू खाऊन दादा अधिकच गप्प झाला.

अखेर तोंड मोकळं करून त्याच्या तोंडून शब्द निघाले,"नारायणा, तुझ्या शिक्षणाचं काही जमत नाही बघ."

"पण दादा मी चांगले गुण मिळवून उत्तीर्ण झालोय-"

"माहिती आहे रे मला. पण हातातोंडाची गाठ पडेना. या वर्षीही पावसानं धोका दिला. मला माफ कर. माझ्या लेकरावाणी तू. पण काय करू?" दादाच्या डोळ्यांत पाणी आणि स्वरात अपराधी विनवणी दाटली. दादा पाया पडायचाच बाकी राहिला.

"मग आता काय करू मी?" आपण हताश.

"मी तरी काय सांगू? मी नुस्ता मॅट्रिक पास. तू काय करावं, कसं करावं..." तो मान गुडघ्यात घालून गप्प झाला, वहिनी शरीराची जुडी करून बसलेली.

"भाऊजी, हातातल्या बांगड्या गौरीच्या हाती घालाव्या लागल्या. निस्ती काळीपोत उरली बघा. सोनं असतं तं तुमच्या शिक्षणासाठी लावलं असतं. पण..."

मेथीच्या भाजीनं तोंड कडू कडू होतं गेलं.

देवकाळेंना आठवलं- किती निराश होऊन तेव्हा आपण परतलो. मित्रांशी चर्चा केली.

अखेरीस इंजिनिअरिंग कॉलेजातून नाव काढावं लागलं. कॉमर्स घेतलं. गणित आधीपासून चांगलं होतं. इंजिनिअरिंगच्या एका वर्षानं अधिक पक्क झालं.

कॉलेज आणि ट्यूशन सुरू झाल्या.

आपला खर्च आपण करायचा. बौद्धिक श्रम करायचे. ध्यासच घेतला. एम.कॉम. झालो. विद्यापीठात दुसरा आलो. ज्या कॉलेजात शिकलो तिथंच व्हेकन्सी आली, कॉलेजनं ऑफर दिली, लेक्चरर झालो.

रस्ता कधीच बंद होत नाही. फक्त तो बदलावा लागतो. यश तिथं उभं असतं वाट पाहत. एक मात्र केलं की, यश कमी की जास्त हे मोजलं नाही.

पण नकळतपणे गावाकडचा रस्ता मात्र आपण किलकिला करत गेलो.

प्राध्यापक झाल्याचं दादाला कळालं. तो आला. केवढा आनंद होता त्याच्या डोळ्यांत.

"नारायणा, रागावू नको बाबा. मी हरलोय पुरता. तुझ्यासाठी काही करू शकलो नाही." दादाच्या स्वरात अत्यंत प्रामाणिकता होती.

"दादा, उगाच अपराधी वाटून घेऊ नका. शेवटी सगळं चांगलं झालं ना! बसं तर मग."

"खरंय बाबा, खरंय तुझं." दादा नजर चुकवून म्हणाले.

"शेवटी सगळं चांगलं झालं ना.'' या शब्दांमध्ये फक्त आपल्याच भाग्याचा समावेश होता.

आपण तेव्हाच दादापासून अलग झालो होतो. त्या वेळी दादाच्या धोतरावर गाठी होत्या, ही बाब माझ्या लक्षात आली नाही.

नंतर एकदा आपण गावाला गेलो. सुमतीच्या वडिलांनी लग्नाचा प्रस्ताव आपल्या समोर ठेवला. आईवडील नव्हते. 'होकार' निश्चित होता, तरी दादाच्या कानांवर घालणं आवश्यक होतं.

"दादा, लग्न करतोय.''

"अरे वा, कोण आहे?''

"कॉलेजच्या सेक्रेटरींचीच मुलगी आहे.''

"वा... म्हणजे चांगलं पारखून घेतलं जावयाला-'' आपल्या लायकीचं दादाला कौतुक...

"लग्न इकडे गावात की...''

"नाही नाही, इकडे गावात कुठं, ती तालेवार माणसं, आपलं गाव हे असलं...'' वहिनी मध्येच घाईनं बोलली.

बरंच झालं.

घराची अवकळा आता बघवत नव्हती. दादांच्या पोरांच्या म्हणजे माझ्या पुतण्यांच्या डोळ्यांत काही हुशारीचे, कर्तृत्वाचे भाव दिसत नव्हते. दोन बैल अंगणात बांधले. दोन घरात. डोळेही बैलांसारखेच निरिच्छ सहनशील. आपण गुदमरायला लागलो होतो.

"इथली कणगी काढली गं वहिनी'' वहिनीशी काहीतरी बोलावं म्हणून म्हटलं.

"भाऊजी, डबाभर जवारीपण येत नाही. ते कणगीचं भूत कशाला उरावर घेऊ?''

"पण पाऊस कधी चांगलाही पडतो.''

"हो, पण पैसा काही त्या पावसातून पडत नाही.''

"हं...पण खोली चांगली मोकळीढाकळी वाटते कणगी नाही तर. एक कोपराच अडवला होता तिनं. आता तो रिकामा झाला.'' मी विषय बदलायला म्हणालो.

"कोपरा अडवला नव्हता भाऊजी. भरला होता. आता सारंच रिकामं झालं.'' वहिनी.

आपण काय बोलणार?

निघताना दादा जवळ आला.

"नारायणा, थोडे पैसे देऊ शकशील का रे?"

आपण मनातून तडकलो. आपलं लग्न. आपला खर्च आपणच करतो आणि दादानं हे पैशाचं काढलं.

"दादा, लग्न आहे माझं. जो काय थोडाफार खर्च करायचा तो माझा मलाच करायचाय. सध्यातरी नाही."

"बरं...बरं..." दादाच्या डोळ्यांत पाऊस दाटला होता.

"नारायणा, तुझ्यापासून काही लपलं नाहीये. म्हणून म्हणतो. लग्नात काही देणं-घेणं झालंच तर, आमच्यासाठी कपडे जरा आधी धाड. तुला शोभायला हवं ना. नाहीतर म्हणतील हे कोण नोकरचाकर आलेत. फक्त माझे न् तुझ्या वहिनीचे पाठव. हवं तं पोरांना काही मी आणणार नाही आणि हो, माझ्यासाठी एक चपलेचा जोडही पाठव. शिवून शिवून चाळणी झालीय चपलेची."

आपण दादाच्या डोळ्यांत शोधक नजरेनं पाहिलं.

पण त्याच्या नजरेत काही खोटं दिसत नव्हतं.

"दादा, शेती आहे पाच एकरांची अन् वर्षभरात काही येत नाही कसं रे?..." आपण विचारलं होतं.

"आता कसं ते काय सांगू? सगळ्यांचाच पान्हा आटला आहे तिथं शेतीचं काय घेऊन बसलाय? कष्टाला कमी पडत नाही. पण जे येतं ते सावकाराच्या गाठी जातं."

"केली कशाला येवढी कर्जं?" आपण तडकलो.

"काही मौजमजा नाही केली नारायणा. पण सगळाच हिशोब उस्कटत गेला बघ." दादा हताश होऊन म्हणाला. ह्याच्या डोळ्यांत त्याचंच आयुष्य गुडघ्यात डोकं घालून बसलेलं होतं.

लग्न झालं.

दादाला मानपानाचे कपडे आधी पाठवायचे का नाही, यावर आपणच विचार करत बसलो. अखेर वहिनीसाठी दोन साड्या, दादा आणि मुलांसाठी कपडे आणि हो, दादांसाठी चपलांचा जोड आठवणीनं पाठवला.

दादा, वहिनी आणि मुलं लग्नासाठी उत्साहानं, लगबगीनं आली.

माणूस पैशानं नाही, तरी कष्टानं किती करू शकतो हे त्या चार दिवसांत आपण पाहिलं. दादा,वहिनी, मुलं राबत होती. घरातले दोन-चार पाहुणे, लग्नातल्या

रितीभाती यात कुठं काही कमी पडलं नाही. लग्न होऊन रुखवतासह सुमती घरात आली. गरजेच्या कोणत्या गोष्टी हव्या, नको ते वहिनीनं पाहिलं. बाजारातून वस्तू आणल्या. पैसे अर्थातच मी दिले. वहिनीनं घर मांडलं. आपल घर मांडावं एवढ्या हौसेनं, उत्साहानं. जणू घर सजवायची आपली इच्छा ती पूर्ण करून घेत होती.

सुमती पाहत होती.

"वहिनी, हा पलंग इथं नको...तिथं मांडू या आणि हे देवघर स्वयंपाक खोलीतच ठेवू..."

वहिनीनं हौसेनं मांडलेल्या घरातल्या वस्तू आता सुमती आपल्या मर्जीप्रमाणे हलवू पाहत होती.

"हो का गं? तू म्हणतेस तसं. मला मेलीला काय कळतंय त्यातलं" म्हणत वहिनी मुलांना हाताशी घेऊन सुमती म्हणेल त्याप्रमाणे वस्तू हलवत होत्या. बघता बघता दोन दिवसांत वहिनीनं घरात लावलेल्या वस्तू सुमतीच्या मर्जीप्रमाणे फिरल्या. घर वेगळंच दिसू लागलं.

सुमती आता जोखत होती.

लग्न होऊन आठ दिवस नाही झाले तं एका मध्यमवयीन बाई सोबत सुमतीची आई...म्हणजे आपल्या सासूबाई घरी आल्या.

वहिनी समोरच बसल्या होत्या. पण वहिनींच्या अंगावरून त्या माझ्या समोर आल्या.

"या गीताबाई." सासूबाई सांगत होत्या.

"सुमतीचं एक वर्ष कॉलेजचं राहिलं आहे. गीताबाई स्वयंपाकाचं आणि घरातलं असं दोन्ही बघतील."

वहिनी काही सांगू पाहत होत्या. पण आपल्या सासूनं त्यांच्याकडे दुर्लक्षच केलं.

सुमतीला घरातल्या कामाची सवय नाही. हळूहळू शिकेल आणि तेवढ्यासाठी वर्ष जायला नको...

सेक्रेटरीच्या बायकोचं म्हणणं आपल्याला पटतच होतं.

"आणि तुमची 'ही' मंडळी काय...! आठ दिवस झाले लग्न होऊन. आज ना उद्या गावी जातीलच. सोबतीला हवंच कोणी..."

आपण झटकन वहिनीकडे पाहिलं. वहिनीचा रापलेला चेहरा ते ऐकून एकदम काळवंडला, डोळे कानकोंडे झाले. गावाकडे गौरीच्या आणि इतरांच्या लग्नाच्या वेळी आलेले दूरचे पाहुणे, चांगले पंधरा-वीस दिवस राहत होते. इथं

ही आपली सख्खी माणसं! आठ दिवसांत त्यांना परत धाडायचं!

पण सेक्रेटरीच्या बायकोचं म्हणणं आपण खोडू शकलो नाही. नुकतंच लग्न झालं... उगीच कशाला विरोध, हा विचार आपण केला.

"होय हो. खरंय तुमचं ताई. आम्ही उद्या निघायचं ठरवतच होतो. बरं झालं, या बाईंना तुम्ही आणलंत. काळजी नाही आता मला." कुठलं बळ आणून वहिनी म्हणाली, ते देव जाणे.

तो पूर्ण दिवस वहिनीनं आणि मुलांनी अगदी परक्यासारखा आपल्या घरात काढला. सगळे कानकोंड्यासारखेच झाले. दुसऱ्या दिवशी सगळ्यांनी गावाकडे परतीचा रस्ता धरला.

आपण काहीच बोलू शकलो नव्हतो. खरं तर कुठली एक गाठ अशी मनात होती की, बोलावंसंच वाटलं नाही. दोघांच्या आयुष्यात एक अनुल्लंघनीय अंतर होतं.

विचार एकेक बिंदू पकडत कोळ्याच्या धाग्यासारखा पुढे पुढे जात होता आणि एकदम देवकाळे थांबले.

अगदी स्कूटरसमोरच पंढरीनाथ दिसला. गावाकडचा पंढरीनाथ. अचानक इकडे आपल्या कॉलनीकडे कसा काय आला! टपरीवाल्याला पंढरीनाथ काही विचारत होता आणि टपरीवाला बोटानं एक दिशा दाखवत होता. आपल्या घराकडची.

"पंढरी-" देवकाळेंनी हाक मारली.

हाक ऐकताच पंढरीनाथ धावत त्यांच्याजवळ आला.

"नारायणा..."

देवकाळेंना पंढरीनाथासारख्या माणसानं आपल्याला नावानं बोलावणं कसंतरीच वाटलं. त्यांनी पटकन आजूबाजूला ऐकणारं कोणी आहे का म्हणून पाहिलं.

"नारायणा, गावाकडे बोलवायला आलो."

"का रे?"

"तुझ्या दादाची तब्येत बरी नाही. सरकारीत ठेवलंय. लगेच निघावं लागेल." पंढरीच्या चेहऱ्यावरची घाई आणि काळवंडलेपण काहीतरी घडून गेलं आहे हे स्पष्टपणे सांगत होते.

देवकाळेंनी पुढे काही विचारलं नाही.

"चला..." म्हणत त्यांना केवळ खूण केली. ते दोघं घरी आले.

"पटकन जेवायला वाढ.'' त्यांनी सुमतीला म्हटलं.

"नारायणा...जेवण कशाला?''

"माहिती नाही किती उशीर होईल. मलाही शुगर आहे. जेवावं लागेलच.''

सुमतीनं घाईनंच ताटं घेतली.

"काय झालं?...''

"खरंच पंढरी काय झालं?...'' आपण घाईत दादाला काय झालं हे देखील विचारायला विसरलो.

देवकाळे मनातल्या मनात वरमले.

"आता काय सांगावं!'' म्हणत पंढरीनाथ गप्प बसला.

सुमती टेबलावर काय हवं नको बघत होती.

"सुमती, चल पटकन तूही...''

"अहो, आज ती भिशी...'' सुमतीनं डोळे मोठे करत म्हटलं...''मी काय म्हणते...जास्त-कमी असलं तर मला फोन करा. मी येते लगेच.'' सुमतीला गावात येणं टाळायचं होतं.

"वहिनी, मी काय म्हणतो, अशा वेळी पटकन निघावं माणसानं...नंतर हळहळत...'' पंढरी बोलू पाहात होता.

"नाही, मला जरा महत्त्वाचं काम आहे, हे करतील ना फोन!'' सुमतीला पंढरीसारख्या माणसानं आपल्याला काही सांगावं, सूचना द्यावी याचा राग आला.

"पंढरी, चल, आटप पटकन...''

देवकाळेंनी हात धुतले. बॅगमध्ये दोन कपडे टाकले.

"वहिनी, चला तुम्हीपण. तिकडे मोठ्या वहिनींचे हातपाय गळालेत. तुम्हीच सावराल त्यांना.'' पंढरीनाथ पुन्हा म्हणाला.

"चल पंढरी, उशीर होतोय...'' म्हणत देवकाळेंनी पायात चपलाही अडकवल्या.

"...नारायणा, थोडे पैसे ठेवलेत का सोबत?''

"तिथे सरकारी मध्ये दादा आहे ना ॲडमिट...''

"काय सांगावं बापा तुला. अरे, राहू दे पैसेजवळ...''

पंढरीच्या डोळ्यांत पाणी आलं. कोठेतरी त्या पाण्यात नारायणाबद्दलचा राग ही तडतडत होता.

थोडेसे कुरकुरतच देवकाळे आत गेले. त्यांनी अलमारीतून पैसे काढले.

वळाले तर सुमतीचा कठोर चेहरा.

"किती आहेत?..." सुमतीनं विचारलं.

"दोन..."

"लागले नाही तर परत आणा."

देवकाळे काही न बोलता बाहेर आले. अशा वेळी तिडीक उठायची. कमवतो आपण, पण त्यावर अधिकार सुमतीचा का आहे? निदान अशा अवघड वेळी तरी तो नसावा.

देवकाळे गावी पोहोचले. घर नजरेच्या टप्प्यात आलं. घरासमोर माणसं जमा होती. जे घडलं ते स्पष्ट होतं. देवकाळेंचं हृदय धडधडलं.

"पंढरी...हे काय?"

"नारायणा, मी तुला सारखा म्हणत होतो, लवकर चल. अर्थ समजून घ्यायचा असतो. तुझ्या बायकोला 'चल' म्हटलं, पण ती 'काही घडायची' वाट पाहत बसली."

"पण तू तं म्हणालास... दादा सरकारीत ॲडमिट आहेत."

"अशा वेळी धीर सुटू नये म्हणून तसंच सांगावं लागतं, प्रवास करायचा असतो, दु:ख अनावर होत असतं." बोलता बोलता पंढरी गप्प झाला.

नारायण आणि बायको दु:ख अनावर होणाऱ्यातले नव्हते, हे त्यानं पाहिलं होतं.

भावाचे प्राण तर गेले होते. पण वहिनीही प्राण नसल्यासारखी बसली होती. शरीराची जुडी बांधून एका कोपऱ्यात तिचं अस्तित्व पटकन दिसतही नव्हतं. नारायण आला तरी तिनं वर पाहिलं नाही. मुलं सुन्न उभी होती.

"आला, नारायण आला..." लोक आपापसांत म्हणाले.

बायका रडू लागल्या. पण वहिनी मात्र सुन्न होती.

"कसा स्वत:चा जीव घेतला रं त्यानं..." एका बाईनं सूर लावला.

नारायण चमकला.

"काय झालं?..." त्यानं पंढरीला विचारलं.

"तुझ्या दादानं आत्महत्या केली नारायणा," पंढरी म्हणाला. नारायण जडशीळ झाला.

तिसरा दिवस उजाडला.

सकाळीच उठून तिसऱ्याचे विधी केले गेले. राख सावडली गेली. गावातले बरेच लोक आले होते. अस्वस्थ शांतता सर्वांमध्ये होती. आपापसांत कुजबुज,

उसासे असं चाललं होतं.

"फक्त पन्नास हजारांसाठी जीव द्यावा लागला. काय म्हणावं? जीव एवढा सस्ता व्हावा?" एकजण.

"काय करणार माणूस तरी? आवक काही नाही आणि सावकाराचं कर्ज दर श्वासागणिक वाढत जाणारं. ते थांबायला शेवटी श्वासच थांबवावे लागतात. जिणं अवघड आहे बाबा."

नारायण ते ऐकून चक्रावत होता.

पन्नास हजारांसाठी...फक्त पन्नास हजारांसाठी आपल्या भावानं जीव दिला! आपला महिन्याचा पगार त्याहून दहा हजार जास्त आहे. श्मश्रू केलेल्या आपल्या पुतण्याकडे तो पाहत होता. तो दादाच्या अस्थींकडे पाहत होता.

हाडाची काडं करणारा दादा काही वेळा आपल्याकडे आला होता. त्यानं पैशाची मागणी केली होती पण त्यावेळी आपण पैसे दिले नाही. कधी आपल्याला द्यावे वाटले नाही म्हणून कधी सुमतीनं देऊ दिले नाही म्हणून. तेव्हा दिले असते तर कदाचित...

नारायणानं अस्थींकडे पाहिलं. दादा त्या अस्थींमध्ये निवांत पडला होता की तळमळत होता.

प्रथमच एक प्रचंड उमाळा त्यांच्या हृदयाला हादरवून गेला.

सैरभैर झालेले पुतणे अस्थी घेऊन घर नावाच्या अनिश्चित भविष्यकाळाकडे परतत होते.

नारायण मात्र अस्वस्थ झाला होता.

विचारांच्या गदारोळात तो संध्याकाळी सावकाराच्या घरी पोहोचला.

सावकार गादीवर बसलेले.

"दादानं किती कर्ज घेतलं होतं?..."

नारायणानं सरळ विषयालाच हात घातला.

"बघतो..." म्हणत सावकारानं आपली चोपडी काढली... "नारायणा, सात वर्षांपूर्वी तुझ्या भावानं माझ्याकडून वीस हजार घेतले होते.... कधी पाचशे कधी हजार करत थोडफार व्याज दिलं. पण व्याजावर व्याज चढतं भैय्या. कर्ज घेणं सोप्पयं पण फेडणं अवघड. पण तुझा भाऊ जीव देईल असं वाटलं नव्हतं. अशा वेळी संकोच सोडायचा, मान सोडायचा, आपल्या भावाला पैसे मागायचे. तू एवढं कमवतो आहेस. तू अनमान थोडा केला असतास. अशावेळी आपलेच लोक कामाला येतात..."

नारायणाच्या कानांवरून शब्द जाऊ लागले... "दादानं पैसे का घेतले होते?

"सात वर्षांपूर्वीचं घडलेलं.... अंऽऽ... हां, काय विहिरीसाठी पैसे घ्यायचे म्हणाला होता..."

"हं..."

नारायण थोडा वेळ स्वत:त हरवून बसला.

"निघतो मी" त्यानं सावकाराला म्हटलं.

"हां... आता त्याचं कर्ज तू फेडायला हवंस नारायणा. त्याच्यासोबत त्याचं वहीखातं गेलं. पोरं तं काय नुसत्या सावल्या असाव्या तशी आहेत. बघ, तुला थोडी चाड..."

"बघेन." म्हणत नारायणानं चपला घातल्या.

नारायण घरी परतला. घरात अगदी सामसूम होती. मुलंही बाहेर गेली होती. वहिनी चुलीपुढे काही रांधत होती. वहिनीचं कोरं कपाळ-नारायणाला पाहवेना... मधेच तिची दृष्टी नारायणाकडे जाई. गायीसारखे करुण डोळे त्याला सहन होत नव्हते.

"वहिनी, रात्रीच्या गाडीनं परत जातो.

...दिवस कधी करायचा ते सांगा. त्यावेळी परत येतो."

वहिनीनं भाकरी निखाऱ्यावर भाजली. लाकडं पुढे ओढली. हात धुऊन ती नारायणासमोर आली. नेहमीप्रमाणे शरीराची लहानशी जुडी बांधल्यागत भिंतीला टेकून बसली.

"भाऊजी, दिवस काय करणार? राख सावडली आज... झालं सगळं पोरं गंगेला जाऊन येतील. संपलं मरण..."

"पण दिवस...?"

"दिवस करायचा म्हटलं तर दहाबारा जणांना तं जेवण घालावं लागेल. पुन्हा दक्षिणा पाच-दहा हजार तं कुठं गेले नाही. जितेपणी दहा हजार गोळा करू शकले नाही, तर मरणावर दहा हजार कसे घालू? कोठून घालू?"

"वहिनी विषय निघाला म्हणून विचारतो. कर्जापायी दादानं आत्महत्या केली. कर्जही फार नव्हतं. वीस हजार..."

"ते मुद्दल भाऊजी, व्याजावर व्याज चढवणारं कर्ज मुदलीच्या दुप्पट होतं.

"पण शेती होती... पीक-पाणी होतं. मग कर्ज का दिलं गेलं नाही. वीस हजारांचे पन्नास-साठ हजार कसे झाले?"

वहिनीनं त्याच्याकडे पाहिलं.

त्याच्या मनाचा तळ जणू ढवळून निघत होता.

"भाऊजी, मी बाईमाणूस. हिशोबाचं मला काय कळतंय?... तुम्ही बसलात तिथंच त्यांची खातेवही आहे बघा पोतडीत. त्यात लिहिलं आहे त्यांनी. तेवढं मात्र केलं त्यांनी, हिशोब लिहिला. पण तो तरी कसला? दुर्भाग्याची अक्षरं नुसती..."

नारायणानं पोतडी काढली त्यात जीर्णशीर्ण झालेली लाल वही होती. तिची पानं आता पिवळी पडली होती. त्यानं अखेरचं पान उलगडलं.

जवारीची आवक पंचवीस हजार. घरात तीन पोती ज्वारी वर्षभरासाठी ठेवलेली. उरलेली ज्वारी विकून जे पैसे आले ते सावकाराला दिले गेले. तारीख दीड वर्षापूर्वीची. नारायण काळाची पालवी छाटत छाटत वर्षाच्या मागे मागे जात होता.

सात वर्षांपूर्वीचा लेखाजोखा त्याच्या पुढे उलगडला गेला. एक अशी बीज नोंद की, जिच्यावर कर्जाचा बोजा चढत अखेर मृत्यूच्या पूर्ण विरामानं संपला होता.

"विहिरीसाठी सावकाराकडून दोन रुपये शेकड्यानं कर्ज घेतलं..." वहीतली नोंद नारायणानं वाचली.

"वहिनी, सात वर्षांपूर्वी विहिरीसाठी वीस हजार उचलले होते दादानी. त्या वीस हजाराचे एवढे झाले. पण शेतात विहीर तर खोदलीच नाही."

"कशी खोदणार भाऊजी? तुम्ही विसरला असाल म्हणून आठवण करून देते. तुम्ही ते एका वर्षासाठी कुठलं तरी मोठं शिक्षण घ्यायला गेलात..."

"हं! इंजिनिअरिंग..."

"हां. तेच ते. त्याच वेळी ह्यांनी विहिरीसाठी म्हणून कर्ज घेतलं आणि तुमची फी भरली होती. वसतिगृहाचा खर्च केला होता. हे बोलले होते तुम्हांला तसं. आठवतंय काही?"

वहिनीच्या शब्दांचा एक घाव बसून त्या विशिष्ट प्रसंगाचं विस्मरणाचं कवच गळून पडलं. तो पूर्ण प्रसंग नारायणाच्या डोळ्यांसमोर उभा राहिला.

म्हणजे... हे कर्ज आपल्यासाठी घेतलेलं...!

हे मरण आपल्यासाठी स्वीकारलेलं...!

इतके दिवस कधीमधी दादा-वहिनी आले, तर ते आपल्या आयुष्याला विळखा घालून बसलेली विषारी वेल आहे... जिला आपण तोडू शकत नाही

असं आपल्याला वाटायचं. पण प्रत्यक्षात उलटं होतं!

विषारी वेल आपण होतो. प्राध्यापक देवकाळे. नारायण देवकाळे. कॉलेजच्या सेक्रेटरींचा जावई.

नारायण आधार घेत जमिनीवर बसला.

"वहिनी, मला सांगायचं तरी असतं हे सर्व..."

"काय सांगायचं? मोठ्या भावाचं कर्तव्य आहे ते पार पाडायचं, असं ते म्हणायचे. पण भाऊजी, लहान भावाचंही कर्तव्य असतंच की. या विचारापोटी ते दोन-तीनदा तुमच्याकडे पैसे मागायला आले होते. पण तुम्ही त्यांची गत भिकाऱ्यागत केली. ..."

...गेला शेवटी भिकारी. आपल्या हातातला कटोरा आमच्या हाती देऊन गेला... एक मात्र सांगते भाऊजी, वेळ आली तर कदाचित यांच्यासारखे आम्ही मरून जाऊ. पण कटोरा घेऊन तुमच्या दारी येणार नाही, कारण यांना तुम्ही मारलंत, तुमच्यापायी जीव दिला यांनी..." ज्वालामुखीतून अचानक लाव्हा निघावा तसा वहिनींच्या कोरड्या सुन्न डोळ्यांतून संताप उसळू लागला.

त्या उन्हात प्राध्यापक देवकाळेंचं अख्खं आयुष्य भाजून निघत होतं.

१. हताश

उन्हाची काहिली जरा कमी झाली. घरातली माणसं ओसरीवर बसली होती. कोणी खाकरत होतं, कोणी लहान पोरा मागे ओरडत होतं. पण सगळे जरासे उदासलेच होते. सगळ्या गावाला उन्हाळा अवघड चालला होता. ना झाडांना अंकुर फुटत होते ना नात्यांना.

सगळं गावच शापात अडकलं होतं. सलग तीन वर्ष पडलेला दुष्काळ, इतर वेळीही पाण्याचा अभाव, सगळ्या सुधारणांची, शिक्षणाची सवलतीची वाट तालुक्याच्या गावी येऊन थांबलेली, पुढे या खेड्यापर्यंत या सवलतींना पाऊलवाटही सापडली नव्हती. दहा हजाराची वस्ती असलेलं गाव कधी काळी सडा-सारवणात बऱ्यापैकी उभं असायचं पण आता गावाचा आणि गाववाल्यांचा दुष्काळामुळे पार फुफाटा झाला होता. पाण्याअभावी मातीची मातीशी असलेली वीण सुटली होती. पार धुराळा झाला होता. खडबड्या रस्त्यावर चार पायाचं बारकंस जनावरही चालायला लागलं, की मातीचं भुस्कट उडत होतं. साऱ्या अंगणभर भिंतीवर होत होतं. हळूहळू भिंतीवरची स्वस्तिकं अस्पष्ट होऊ लागली. उंबरठ्या जवळच्या गोपद्मांना तर कसायाच्या घरची वाट धरावी लागली.

गाव उसासत होतं.

या उसाशांमध्ये म्हाताऱ्यांसोबत तरण्यांचेही उसासे होते. तरण्यांच्या अंगातली, दंडातली रग जिरायला शेतजमीन तयारच होत नव्हती. नांगर, तिफन सगळेच माना टाकून बसले होते.

या सगळ्यात दिलीपची तलखी काही वेगळीच होती.

आत्ताही घरातली माणसं म्हणूनच उदास बसली होती.

बाहेरून दिलीप आला तशी सगळ्यांनीच एकमेकांकडे पाहिलं... नंतर एकमेकांच्या नजराही चुकवल्या. सगळ्यांनी दिलीपकडे चोरटी नजर टाकत

नजर ओढूनही घेतली.

दिलीपच्या ते लक्षात आलं. खरं तर दिलीप स्वत:ही वाट पाहत होता.

क्षणभर तो ओसरीवर टेकला. त्याच्या धाकट्या बहिणीनं पाणी आणून दिलं.

सगळे गप्प.

दिलीपच्या मनात शंकेची टिटवी टिवटिवत गेली. पण आता विचारायचं कसं? आजवर असं कोणी आपल्याच लग्नाबद्दल विचारलं नव्हतं. घरातले वडीलधारे लग्न ठरवायचे, मुहूर्त धरायचे. नवरा-नवरी मुकाटपणे एकमेकांसमोर उभं राहायची, एकमेकांच्या गळ्यात हार घालायची. पण आता दिलीपचा धीर संपला होता.

"माय, काय झालं?" कोणाला विचारावं हे नकळून दिलीपनं आपल्या आईलाच विचारलं.

आईनं त्याच्या प्रश्नाचा रोख ओळखला आणि उसावून ती म्हणाली, "न्हाई म्हंतेत सोयरिकीला."

दिलीपनं हातातला तांब्या जमिनीवर आपटला.

"मायला, अन् कामुन...?"

"पोरगी न्हाई म्हंते"

"पन् का?"

"त्ये म्हाईती न्हाई. पन का ते आपल्या समद्यांना म्हाईतीच हाये. आज पाच वर्स झाली गावाच्या एकाबी दाराला तोरण बांधलं गेलं न्हाई, की सनईला सनई वाल्याचे व्हटं लागले न्हाईत. गावाचा फुफाटा झालाय आन ह्या फुफाट्यात आपले पाय भाजूनं घ्यायला कोनी बी तयार होईना झालं."

"आरं...पन् पाह्यला आल्ते तवा बरे खूष दिसले. आन् सुनीता बी...

दिलीप गप्प बसला.

चार माणसांत पोरीचं नाव ओठातून निघून गेलं होतं. पण त्याला तो दिवस आठवत होता. सुनीताला पाहायला दिलीप, त्याची आत्या, वडील, काका गेले होते. साधंसुधं, हातातोंडाची गाठ पडणारं घर होतं आणि सुनीता दोन खांद्यांवर पदर सावरत आईसोबत बाहेर आली.

उंच, शेलाटी, नाकेली, गव्हाळी सुनीता दिलीपला पाहाताक्षणी आवडून गेली. इतक्या मुली त्यानं पाहिल्या होत्या पण मनापर्यंत जाणारी हीच मुलगी होती.

घरचे मोठे लोकं काही प्रश्न विचारत होते. पण दिलीपला प्रश्न विचारायची गरज वाटत नव्हती. सुनीता आवडल्यावर प्रश्नांचा प्रश्नच नव्हता.

तरी त्यानं मोठ्यांच्या आग्रहाखातर काहीतरी विचारलं.

उत्तर देताना तिनं दिलीपकडे पाहिलं. क्षणभर दृष्टभेट झाली. तिलाही सावळा, तरतरीत दिलीप आवडून गेला. ती लाजून हसली. फक्त डोळ्यांतून दिलीपला कळेल इतपत.

दिलीप खुष होऊन परतला.

रिवाजाप्रमाणे तिच्याकडचे लोकही गावाला आले. ते येणार म्हटल्यावर होकार जवळजवळ पक्काच होता.

सोयरे आले. गाव पाहिलं, घर पाहिलं.

परतले;

आणि आज नकार आला.

तेवढ्या दिवसांत दिलीपनं केवढी स्वप्नं पाहिली होती. घरातल्या प्रत्येक कानाकोपऱ्यांत त्यानं सुनीताचा वावर कल्पनेनं अनुभवला होता. इथं उंबऱ्याबाहेर बसून ती रांगोळी काढेल, इथं ओसरीवर आपण बाहेरून आलो की पाण्याचा तांब्या आणून देईल, इकडे स्वयंपाकघरात ती भाकरी थापेल... आणि इथे रात्री आपल्या झोपायच्या खोलीत रात्री... स्वप्न पाहता पाहता त्याची झोप उडाली होती.

आणि अनपेक्षितपणे आलेला हा नकार!

तो सुन्न होऊन पाहत राहिला. अपेक्षाभंग आणि अपमान दोन्हीही असह्य होत होतं.

तो उठला, आत गेला आणि बाजेवर पडला.

रात्रभर तो विचारात गढला होता.

सकाळी काही एक निश्चय करून तो उठला.

त्याची तयारी बघून त्याच्या आईनं विचारलं,

"कुटं बाह्येर गावी जानार की काय?..."

"हां."

"कुटं?"

"सुनीताच्या गावी."

"आन् कशापाई? त्येनी नकार कळविला हाये. आसं जानं बरं न्हाई दिसणार." आई समजवत होती.

“माय, नकाराचं कारन तं कळायला हवं. त्येवढं इच्चारतो.

कसं सांगू माय,पोरीला मी पसंत होतो. तिच्या डोळ्यांनीच त्ये सांगितलं मला. पन् इकडे त्ये लोकं येतात काय आन् परत गेल्यावर नकार कळवतेत काय...! चार वर्स पोरी पाहातोय. ही मला लई आवडली व्हती मले कारन तं म्हाईती व्हावं...”

“कारन म्हायती व्हऊन काय साधनार हाय पोरा!...”

“मी जानार.” तो हट्टीपणानं म्हणाला.”

आईनं घरात कोणाला सांगायच्या आधी तो घराबाहेर पडला.

दिलीप कासरेवाडीला पोहोचला.

पण सुनीताला एकटं गाठायचं कसं हे त्याच्या लक्षात येईना. सुनीताच्या घरांसमोरून त्यानं दोनदा चक्कर मारली. घरासमोर कोणी लहान पोरही दिसत नव्हतं. सरळ घरात जावं की काय असंही त्याला वाटून गेलं. पण पाहुण्यांनी कळवलेला नकार त्याला थोपवत होता

आणि त्याचे डोळे चमकले.

स्वत: सुनीताच कळशी घेऊन पाण्याला बाहेर पडली होती. तिच्या सोबत चरवी घेऊन लहानशी पोर होती.

तो हळूहळू कोणाला न समजेल अशा तऱ्हेनं तिच्या मागे मागे जाऊ लागला.

सुनीता विहिरीवर पोहोचली. तिनं कळशी विहिरीत सोडली. दिलीप नेमका विहिरीच्या समोरच्या काठानं उभा राहिला.

सुनीतानं समोर पाहिलं. हातातला दोर भराभर खाली गेला. भानावर येत तिनं पकडून कळशी वर ओढून घेतली. आजूबाजूला नजर टाकली.

कोणी लक्ष देऊन नव्हतं. जाणारं-येणारं एखादं माणूस होतं तेवढंच काय.

“चिमे, तू व्हय म्होरं मी आलेच तुज्या मागं.” चिमीच्या चरवीत पाणी ओतत सुनीता म्हणाली.

चिमीनं पाण्यानं ओसंडणारी चरवी डोक्यावर घेतली आणि ती घराकडे वळाली.

दिलीप पुढे आला.

सुनीताची दृष्टी अपराधी होत जमिनीकडे लागली.

"नकार कामुन कळविला?" दिलीपनं थेट प्रश्न विचारला.

सुनीता गप्पच.

"तुला मी आवडलो नव्हतो व्हय?"

"तसं न्हाई..." ती संकोचून गेली होती.

"मग? पंधरा येकर वावर हाये माज्या नावानं तरीबी...."

"ती गप्प."

"आगं, बोल की काही. तू मला आवडली तुझी पसंती माज्याबी लक्षात आस्ली आन् मायला ऽऽ येकदम नकार म्हंजी लईच झालं. मला कळाया तं हवं नकाराचं कारन!..." बोल लवकर; पुन्हा कोनी यील न् बोलनं व्हाईल."

आता तो निकरावर आला होता. तिनंही बळ जमा केलं.

"मला त्या गावात व्हायचं न्हाई."

"आरं जमीन-जुमला, घर समदं त्या गावीच हाये." तो आपली बाजू मांडत होता.

"व्हय, पन् घरातले समदे म्हनत व्हते की जमीनजुमला काय चाटायचा? चार सालं झाली गावात पानी न्हाई. हिथं पाचव्या मिन्टाला हीर हाये तरी पानी आनाया नको वाटतं. तिथं कोस कोस वनवन कोनी करावी. गाव पाह्यलं नां आम्ही. सारा धुराळा, निस्ती उकललेली भुई, पेरण्या न्हाई न् वैरण्या न्हाई. पंध्रा येकर शेती हाय खरी पन् कसायाला येती? तुम्ही लई पसंद हाय मला पन्...." ती गप्प बसली.

"पन् काय?"

"त्ये गाव न्हाई पसंद मला. कुटं तालुक्याच्या न्हाईतं जिल्ह्याच्या गावी नांदावं वाटतं. जिथं कोण्या गोष्टीसाठी तरसाया लागनार न्हाई." तिनं आपलं मन उघडं केलं.

"असं म्हन्ती जशी तुज्या गावातून नदी व्हायलीय आनं समद्यांच्या शेतामदी पिकाची लवलव हाये." त्यानं रागानं म्हटलं.

"न्हाई ना! आम्ही बी इकडं तरासातच हाओत. पन लग्नानंतर बी जाणून बुजून तरासात कामुन जावं? कुटंवर वनवन करत बसावी?"

तिचं बोलणं दिलीपला खोटं वाटत नव्हतं, हाच विचार करून चार वर्षांत त्याच्या गावात कोणत्याही उंबऱ्याचं माप ओलांडून सून घरात आली नव्हती. गावात पोरींच्या पाठवण्याच झाल्या होत्या.

"काय करावं?" तो स्वत:शी पुटपुटला.

“जिल्ह्याच्या गावी काई बी काम मिळतं आन् म्हयन्यातून दोनदा तरी पानी मिळतं, गावात बोरिंग असतात. जगनं सोपं हाय बगा तिथं.” ती त्याला सुचवत होती.

“समजा, जिल्ह्याच्या गावी गेलो तं तू तयार हाये म्हन की!”

तिनं लाजून मान खाली घातली.

“सांग की मला तुज्या तोंडून ऐकायचं हाय.”

“मला तुम्ही लई पसंत आहात.” ती कसंबसं म्हणाली. तिचा चेहरा तेवढ्यानंच लाल झाला. लाजणं, बावरणं सगळं एकदम पाहाता पाहाता दिलीप हरवत गेला.

दिलीप घरी परतला तो बदलूनच आला.

दिलीप शेतावर गेला. तो जमिनीकडे पाहत होता, जमिनीची पार रया गेली होती. घरातल्या म्हातारीच्या चेहऱ्यावर सुरकुत्या पडाव्या तशी जमीन दिसत होती. जमिनीवरच्या कशाबशा तगलेल्या बोरी-बाभळीही सुकून कडकडीत झाल्या होत्या. जमिनीसोबत शेतकऱ्यांची स्वप्नंही माना मोडून पडली होती. कधी काळी पावसाच्या वर्षावात भिजलेली, गंधानं दरवळलेली, सृजनाला आसावलेली जमीन हीच का असा प्रश्न पडत होता.

तीन वर्ष वाट पाहण्यात गेली होती. आता या वर्षाचा तरी काय भरवसा द्यावा?

ही जमीन साऱ्या घराला अन् आपल्याला इथं दुर्दैवाशी बांधून ठेवणारी, दावणीला गुरं बांधावी तशी आपण सारी जण हिच्याशी बांधले गेलो आहोत. आशेनं हिच्या भरवशावर फारसं शिक्षण घेतलं नाही, कुठं नोकरी केली नाही आणि हिनंच आता तोंड फिरवलं.

“थू: तिच्या आयलाऽऽ” तो पुटपुटला न् जमिनीवर थुंकला. त्या कृतीनं कावरा बावरा झाला. त्यानं इकडेतिकडे कोणी नाही ना पाहिलं. इतर वेळी काय नाही करत या जमिनीवर आपण? पण आज आपण तिच्यावर थुंकलो. आईनं लहान बाळाचं हगणं मुतणं चालवून घ्यावं. तशी ही... मोठी माय.

पण आज आपण तिच्या अंगावर थुंकलो! त्याला ग्लानी आली.

तो घरी आला.

दिलीपचे काही दिवस धावपळीचे गेले. खेड्यातून जिल्ह्याच्या गावी खेपा झाल्या, ओळखी काढणं झालं. गावातल्या पाटलाच्या ओळखीनं शहरातल्या नगरपरिषदेतल्या माणसांना भेटणं झालं.

आणि एक दिवस त्यानं घरात सांगितलं,

"मी जालन्याला नगरपरिषदेत नोकरीला लागलो."

"काय म्हन्लास?" बापानं धक्का बसून विचारलं. घरातलं कोणी माणूस आजवर असं नोकरीला लागलं नव्हतं.

"मी नोकरी करनार हाये." तो ठामपणे म्हणाला.

"आरं पन इथं वावर!"

"ते तुम्ही सांबाळा."

"आसं कसं म्हंतोस?"

"मगं कसं म्हनू? आभाळ नामर्द झालंय आन् जमीन वांझ झाली. आता मी तिथं न्हानार न्हाई, मला बी लगीनबिगिन करायचं हाय. हिथं न्हायचं म्हन्लं तं केसं पांढरे व्हतील पन् लगीन व्हायचं न्हाई... माय... त्या सुनीताच्या घरी सांगावा धाड. मला जालन्याला नगरपरिषदेत काम लागलं म्हणून सांग."

"आरं त्या पोरीसाठी..."

"कुनासाठी न्हाई. ह्यो निर्णय मी माज्याचसाठी घ्येतला हाय."

आता सगळे हळूहळू भानावर आले.

"पन नगरपरिषदेत कोन्तं कामं मिळालं?"

"पट्टेवाल्याचं?"

"हात्तिच्या. इथून जाऊन तू पट्टेवाला व्हनार?"

"मंग असा कोणता तालेवारं व्हनार? तुम्ही आमाला आसं काय मोठं शिक्षन दिलं की आमी कलेक्टर व्हावं. जे मिळालं ते चांगलं हाये, आन माजं पक्क ठरलं हाये." दिलीपनं ठामपणे सांगितलं.

सगळ्यांचा विरोधही खरं तर लटकाच होता. पोराचं जीवन या फुपाट्यात रूजणार नाही हे त्यांना माहिती होतं. त्यापेक्षा जालन्यातल्या नगर परिषदेत तो पट्टेवाल्यांचा काम करेल, साहेबाच्या कॅबिन बाहेर बसेल, फायली आणून देईल, कोणी भेटायला आलं तं त्याला आत सोडील.

बरं आहे पट्टेवाल्याचं काम. साहेबापेक्षा आरामाचं. नुस्तं बसून राहायचं, अधेमधे पाणीबीणी द्यायचं, वर कधी चिरीमिरी मिळेलं. असा बरासा विचार ते करीत होते.

अखेर चार वर्षांनी दिलीपच्या घराला तोरण बांधलं गेलं. सनईला वाजवणाऱ्याचे ओठ लागले, पायात जोडवे घालून सुनीता घरात आली.

सारे पाहुणे गेले. सुनीताच्या हातचा गोड भात पाहुण्यांनी खाल्ला.

देवीचा गोंधळ झाला.

एक दिवस दिलीपच्या आणि सुनीताच्या सामानाचीही बांधाबांध झाली. साऱ्या घराच्या पाया पडून दोघं जालन्याला निघाले.

०००

बघता बघता तीन महिने गेले. या वर्षी जरा बरा पाऊस पडला. हायब्रिड जवारीची लागवड झाली. कोणी मूग लावला. जमिनीची कूस ऊस नाही तरी जोंधळे देण्याएवढी ओलावली.

"साहेबराव मामा, तुमची सून लक्ष्मीच्या पायानं आली बगा. चार सालं पानी नव्हतं, औंदा पानी आलं." लोकं साहेबरावला म्हणत होते.

"पोरं आली न्हाई भेटाया?" कोणी विचारत होतं.

"आरं लक्ष्मणा, नगरपरिषदेत हाय तो कामाला, मोकळा थोडा हाय आपल्यावानी. आपन शेतकरी लागवड, मशागत करतो की बसतो पिकाकडं बघत दोन दोन म्हयने. त्येन्ला रोजच्या रोज काम असतेत. साह्यबाच्या खोली बाह्येर उभारायचं, काय हवं नको पाह्यचं. लई तालेवार-जिम्मेदारीचं काम आसतं ते. कुणाला साहेबाला भेटायचं तं पट्टेवाल्याची परमिशन लागती, हातावर धा- वीस रुपये द्यावे लागतेत आसं बी ऐकलं हाय." साहेबरावचा चेहरा उमलून येत होता.

पण इकडे जनाची तगमग चालली होती.

"मी काय म्हन्ते. पोराले सुटी न्हाई मिळत तं आपन जाऊ की भेटाया. आपल्याला थोडं कोनी मना केलं?"

जनाचा विचार साहेबरावाला पटत होता. अशात दिलीपचं पत्र आलं.

थेट दिवाळीत गावाकडं यीन म्हणून लिहिलं होतं. बापासाठी मोबाईल घेतलाय असं सांगत होता.

इकडं काम लई नादर चालू हाये. पानीबिनी रोजच्या रोज मिळतं. सुनीता बी शाळेत कामाला लागली.

दिलीपचं पत्र वाचून साहेबरावच्या डोळ्यांत पाणी तरळलं.

चांगलं झालं बाबा तिकडं गेलात! औंदा पानी चांगलं आलं पन पुढल्या वर्साचा काय भरवसा? पंध्रा येकर शेती हाय खरी पन तिच्यावर सारं घर कसं पोसावं? ह्ये बरं झालं."

तो मनात म्हणत होता.

पत्रातला मजकूर जनाला सांगितला मात्र जनाच्या डोळ्यांतून टिपं गळू

लागली.

"मी म्हन्ते, येक चक्कर मारूनच येऊ." ती निकराला येऊन म्हणाली.

"असं म्हन्तीस?" खरं तर साहेबरावलाही दिलीपला बघावं वाटतं होतं.

"तुला वाटतं तं जाऊ या. काय? पण आधी सांगावा धाडायचा न्हाई. रात्रीची बस मुक्कामी येती पहाटं जालन्यासाठी निघती. त्या बसनं जायचं. जाऊन धडकायचं."

"व्हय व्हय. पोरांन्ची जरा मजाचं करू." दोघांनी पिशवीत सामान भरलं."

दिलीपच्या आवडीचा भाकरी ठेचा पहाटे चारला उठून जनानं तयार केला. दोघांनी लगबगीनं एस टी गाठली.

दिवस उजाडता उजाडता एस.टी. जालन्यात पोहोचली.

"भोईपुऱ्यात जायचं नव्हं?"

"व्हय, चला, इच्यारत जाऊ एस.टी. स्टँडच्या जवळ हाये म्हनत व्हतां. दिलीप"

"चला."

"दोघं पायी निघाले.

गावाला आता जाग आली होती. लोकांची जा-ये सुरू झाली होती. साताची हजेरी देऊन नगरपरिषदेचे सफाई कामगार कामाला लागले होते.

चालता चालता जना थबकली. नाली साफ करणाऱ्याकडे पाहू लागली. गू-घाणीनं भरलेली नाली... पँट गुढघ्यापर्यंत वर करून नालीच्या रेंदाड्यात पळी घालून तो नाली साफ करत होता. मधेच नालीचं पाणी त्याच्या अंगावर उडत होतं.

पाहाता पाहाता तिचे हातपाय कापू लागले.

"चल की, कामुन थांबलीस."

"आवं, तो दिलीपच हाय न्हवं..." तिचा आपल्या डोळ्यांवर विश्वास बसत नव्हता.

साहेबरावानं पाहिलं निरखून पाहिले. त्याचे पाय जडशीळ झाले.

"व्हय की जना... दिलीपच हाय तो...आन् आन् ती बग.... त्येच्या मागं सुनीता..."

नालीतून काढलेला रेंदाडा टोपल्यात फावड्यानं भरून सुनीता टोपलं कचऱ्याच्या गाडीत रिकामं करत होती. अंगावरल्या नाटीचा रंग ओळखू येत

नव्हता, असा अवतार झाला होता. तिचे हात घाणीनं भरत होते.

बाजूला उभा असलेला मुकादम सर्वच मजुरांवर वसवस ओरडत होता.

दोघं मटकन खाली बसले. पोरांनी डोळ्यांत धूळ फेकली होती. पट्टेवाल्याचं तालेवार काम सांगून भुलवलं आणि इथं पोरं नाल्या साफ करीत होती.

पंधरा एकराचा मालक लोकांची गू-घाण उचलत होता. साऱ्या लहानपणा पासूनचा दिलीप जनाच्या डोळ्यांपुढे आला. ऐटीत चालणारा, रुबाबात आरशासमोर केसाचा कोंबडा करणारा, नवरदेवाचे कपडे घालून बोहल्यावर उभा असलेला अन् सुनीता...! हिरवी काकणं, हातभर मेंदी, गळ्यात मणी-मंगळसूत्र घातलेली साजरीगोंजरी पोर आणि तीन महिन्यांत पोरं उकिरडे उपसायला लागले. हातवरची मेंदी गटाराच्या रेंदांड्यात वाहून गेली? चापूनचुपून बसवलेल्या केसांच्या आत्ता जटा झाल्या होत्या. मधेच लडबडल्या हातानी ती जर बाजूला करत होती.

"आगं सुनीता, केसं नीट बांधून येत जा की. ह्ये असे आमच्यावानी त्ये घानीचे हात कामुन पुना पुना केसान्ला लावती? जरा शीक की काम कराया."

सोबतीची एक बाई सुनीताला म्हनाली.

"मावशी, शिकीन की सबागतीनं. अस्ली कामं केली नव्हती बग कधी."

"लईच तालेवर म्हनायची गं तू?"

सुनीतानं मान खाली घातली. कोणत्या तोंडानं सांगावं या बाईला की घरी पंधरा एकर शेती आहे?

"काय करनार मावशी, गावी लईच दुष्काळ झाला. म्हणून यावं लागलं हिथं...आता हिथून जाऊन केस धुतेच की मी रोज..." सुनीता काहीबाही बोलत होती. तेवढ्यात मुकादम ओरडला,

"चला हात उचला. बोलत बसू नका मावशी. बिगीनं काम करा..."

सगळे झडझडून पुन्हा काम करू लागले.

हे सगळं पाहाता पाहाता इकडे साहेबराव आणि जनाच्या डोळ्यांत पाणी दाटून आलं.

जना दोन पावलं पुढं सरकली तं साहेबरावानं तिला थोपवलं.

"थांब, जने पोरान्ला आत्ता वळख देऊ नकोस. लई लाजिरवाणी व्हतील बग ती!"

"मंग भेटायचं नाही व्हय त्येन्ला?"

"भेटायचं. पन् दोन तासानं भेटू. त्येनच्या घरी जाऊन त्येनचं न्हानं धून झालं की. आपन त्येन्ला या अवतारात पाह्यलं ह्ये त्यान्ला कळाया बी नको..."

"व्हय."

"तवर त्येच्या घरापाशी जाऊन थांबू चल..."

दोघे वळाले. "जने, आपन पोरान्ला चकमा द्याया निघालो तं पोरांनीच आपल्याला चकमा दिला न्हवं" भरून आलेल्या आवाजात साहेबराव म्हणाला.

"न्हाई धनी, आपन कोन चकमा देणारे. चकमा त्यानं दिला हाय." तिनं आभाळाकडे हात दाखवत म्हटलं.

♦♦♦

१०. स्वप्न

रखमाची झोप चाळवली. घोंगडीवर पडल्या पडल्याच ती वेळेचा आदमास घेत होती. अजून नीरवता होती. तिनं डोळे मिटले.

...काही वेळ गेला. एका दिशेनं एका पक्ष्याचं बारीकसं ओरडणं ऐकू आलं...पुन्हा काही क्षण गेले. दुसऱ्या दिशेनं दुसरा पक्षी शीळ घालू लागला... मग उंच तानेची लकेर. पाहाता पाहाता सगळ्या दिशा चिवचिवू लागल्या. मग जवळच्या मुलाण्यांच्या झोपडीतूनही कोंबड्याची बांग आली, कुठं तरी गाईचं हंबरणं... अजून अंधार दूर झाला नव्हता. पण प्रकाशाच्या उमलण्याचा गंध प्राणिजीवनाला येत होता की काय देव जाणे. आता मात्र अगदी गोठ्यातली गाय हंबरली. रखमा उठून बसली. तिनं हात जोडले, चेहऱ्यावरून, केसांवरून हात फिरवला आणि ती उठली. चुलीतली राखुंडी तिनं काढली, दात घासले. तांब्यानं पाणी घ्यायला गेली तर तांब्या पार बुडाला गेला.

'अरे देवा..! आता ह्ये एक नवीनच नाटक सुरू क्येलं लोकांनी... पानी चोरून न्यायलेत. आता तोंड कशानं खंगाळावं...' मनातल्या मनात वैतागानं बोलत तिनं सोप्यातल्या चुलीपाशी बालटीभर प्यायच्या पाण्यातलं घोटभर पाणी घेतलं आणि चूळ भरली. बाकीची राखुंडी पोटात गेली.

मनातल्या मनात तिनं पाणीचोराच्या नावानं बोटं मोडली.

रात्री तिनं पिंपळाच्या आडातून पाणी आणून भरलं होतं. रात्रीच्या अकरा-बारा वाजता. सगळं खेडं झोपलं की रखमा आणि तिची दोन्ही मुलं निघायची. शोभा आणि संतोषच्या हाती लहानग्या डेकच्या असायच्या. रखमाच्या डोक्यावर हंडा अन् काखेला कळशी असायची. दिवसभर आड पाण्याचे उसासे भरत असायच. त्याला दमच नव्हता. जरा कुठं कळशी भरेस्तवर पाणी जमलं की कळशी खाली झेप घेत यायची न् गर्भार बाईसारखी सावकाश, दम खात वर

यायची. त्या खोल अंधाराच्या चमकत्या बुडाकडे दिवसभर कितीतरी नजरा लागलेल्या असायच्या...हळूहळू दिवस बुडत जायचा, वाढत्या अंधारासोबत गाव हळूहळू झोपी जायचं. फार तर नऊ, साडेनऊपर्यंत रस्ते गपगार व्हायचे आणि त्याचवेळी रखमा मुलांना घेऊन आडावर पोहोचायची.

जरा शांतावलेलं आड पुन्हा पाणी उमासू लागायचं. आडात बरंच पाणी जमलं असायचं. रखमासारखी आणखी कुणी एखादं दुसरी तिथं असायची. हे रात्रीचं पाणी भरणं कुणाला सांगायचं नाही हा अलिखित करार त्यांच्यात होता.

तसंही अंधारचं पायवाटेवरून येणं असुरक्षितच असायचं. नांगरलेल्या शेतात मोकळ्या झालेल्या बिळातून साप मोकळे व्हायचे, सैरभैर होऊन फिरत राहायचे.

रखमा हंडा, कळशी भरून घ्यायची. हंडा डोक्यावर पेलला की आडाच्या काठावरची कळशी दोघं मुलं मिळून उचलायची आणि रखमाच्या कमरेवर ठेवली जायची.

आपापल्या डेकच्या मुलं डोक्यावर घ्यायची.

"चला रं पोरांनो... जरा जपून. नजर पायागती राहू द्या रे. अंधाराचं काही चावलगिवलं."

तिघं थोडं बोलतच निघायची. त्या आवाजानं वाटेवरचं पसरलेलं कुणी सरपटत निघून जायचं.

जिवाचा एवढा आटापिटा करून पाणी आणलेलं असायचं, तर कुण्या आयतोबानं ते पाणी चोरून नेलं होतं... आता पुन्हा पाणी भरणं केवढं अवघड काम. पोरांच्या शाळा, आडावरची गर्दी... 'मुडदा बशिवला त्या हलकटाचा... रखमा करवादली.

तिनं घाईघाईनं मुलांना उठवलं. शांत झोपलेली मुलं कुरकुरत उठली.

"कामुन उठवायली ग माय? - अजून उजाडलं बी न्हाई-" शोभा रडक्या आवाजात म्हणाली.

-तिला आणि संतोषला पाठीवर थोपटत समजूत काढत रखमा त्यांना घाई करत म्हणाली, "बिगीनं चला. पानी आनावं लागंल."

"रातीचंच आनलं व्हतं नं..." संतोष तर पुन्हा झोपू झोपू पाहत होता.

"व्हय रं लेकरा. पन रातच्याला कुनी नेलं बग पानी चोरून... प्यापुरतं तं पानी आणावंच लागन..."

पोरं उठली. आपापली भांडी त्यांनी उचलली. पेंगुळल्या पायांनी ती

रखमाच्या मागं मागं जायला लागली.

"माय... तो रांजन घरामंदी ठिवून घ्ये ना..."

"व्हय. आत्ता त्येचं करनं लागंल. घरात न्हाई जागा पन् ही वणवण चुकली पाह्यजे. आपल बाह्येर न्हाऊ न रांजन घरात."

तिघं काहीबाही बोलत आडाकडे चालले होते. आता चांगलंच फटफटून आलं होतं.

आडावर कुणी नाही पाहून रखमाचा जीव भांड्यात पडला.

तिनं सरसर पाणी काढलं. भांडी, कळशी भरली. पिण्यापुरतं पाणी मिळालं होतं. आणखी एक बादलीभर पाणी आडात चमकत होतं.

रखमानं पाणी शेंदलं.

"चला रं पोरांनो... अंघोळी आटपा..."

पोरांचे कपडे रखमानं ओढून काढले. अंगावर पाणी ओतलं. बाजूची काळी माती अंगाला चोळली. पोरं पुतळ्यासारखी काळीबेंद्री दिसू लागली.

पोरांना रडू येत होतं.

"माय, मातीनं काय ग न्हायला घालती? साबू तं आणायचा." संतोष तं पाय मारून रडू लागला.

रखमा त्याची समजूत काढत होती,

"पोरांनो, मातीवाणी नादर दुसरं काही नसतं. आन् मातीत न्हाता, मातीत उगवलेलं खाता आणि माती अंगाला लागली तं रडाया येतं व्हय!... हळूनं रडा. ती काळी माय ऐकंल तं रुसून बसील बरं..."

आता मात्र पोरं गप्प झाली. रखमानं अंगावरच्या पदरानं त्यांचं अंग पुसलं.

विहिरीत पाणी जमलं होतं.

"तिकडं तोंड करा रे."

"कामुन?..."

"कामुन काय? मीबी अंघुळ करून घेती न्हवं."

पोरांनी पाठ केली. रखमानं पाणी शेंदलं.

अंगातली चोळी काढून पदर आडवा केला आणि पाणी अंगावर घेतलं आणि पोरांच्या अंगात आलं.

"आम्हाला मातीनं अंघुळ घालती न्हवं... घे आता तू बी.."

पोरं खिदळत होती. रखमाच्या उघड्या अंगाला माती चोळत होती.

रखमालाही हसू यायला लागलं.

पोरं थकली.

"चला; आता दोघं मिळून पानी शेंदा अन् काढा ह्यो चिखुल. आरं उलीशी माती लावायची असती. तुम्ही तं मला मातीतच घालाया निघाले."

ते ऐकून शोभा एकदम गप्प झाली. शोभा मोठी होती. मातीत घालणं म्हणजे काय हे तिला माहिती होतं.

"माय, काय बी बोलतीस व्हय!...

चल रं संतोष, पाणी शेंदू लाग, मायेला न्हाऊमाखू घालू."

"व्हय चल..."

दोघांनी पाणी शेंदलं.

"माझी माय वं ती... गुणाची, लई नादर दिठ लागन्यावाणी..." पोरं रखमाची नक्कल करत करत तिला अंघोळ घालीत होती. हसता हसता रखमाच्या डोळ्यांत पाणी दाटलं. तिनं पोरांना जवळ ओढलं.

"लेकरांनो, लई माया करताव, लईच शिरमंत केलं की रं तुमी मला." तिनं पोरांचे मटामटा मुके घेतले. जगण्यातला सारा विसावा ह्या क्षणी तिच्या कुशीत शिरला होता. तिच्या मूठभर जिवाची त्या दोन्ही लेकरांत पांगापांग झाली. कुठले आपण आणि कुठली पोरं हेदेखील तिला क्षणभर कळेना. ह्या जीवीचं त्या जीवी अशी गत.

ती भानावर आली.

"चला रं... बिगीनं जाऊ. पान्यापाई उशीर झाला. न्हाईतर येरवाळी शेणगोठा झाला असता."

तिघांनी पाण्याची भांडी उचलली आणि ते लगबगीनं घराच्या दिशेनं चालू लागले.

रखमानं शेणगोठ्याचे हात स्वच्छ धुतले. ती ओसरीत आली.

शिवा उठला होता. तोंड खंगाळून आला होता. पण तो निवांतसा घोंगडीवर बसून होता, आज काही वेगळाच नूर लागला होता, डोळे काही विचारात गढले होते. त्या सगळ्यात त्याला सकाळच्या चहाचीही आठवण नव्हती.

"कसला इच्चार करताव?..."

"हं..." तो हुंकारला. त्यानं तिच्याकडे पाहिलं. मनातलं एवढं मोठं हिला कसं सांगावं?

"च्या करू?..." रखमा.

"कर की!"

"आन् च्या पीनं झालं की तेवढा रांजन घरात आनून ठिवायला हवा."

"कामुन?..."

"लोकं पानी चोराया लागलेत. येवढ्या मेहेनतीनं रातचं पानी भरलं. फाटचं उठले तं रांजन रिकामा. पोरांना उठिवलं आन् पानी घीऊन आले."

"आरं तिच्या मारी... लोकान्लाबी काय झालंय? आगं, पन् मला उठवायचं की गं..."

"जाऊ दे म्हन्लं. दिसभर कामं असतंच की..."

"पन... पोरान्ला घिऊन गेलीस त्या बिगर..."

"पोरान्ला... तिथंच हिरीवर न्हाऊ बी घातलं..."

"बरं बरं... आता च्या कर, रांजन आत आनून घिऊ...आन् उद्या बी फाटचं जावं लागलं तं मला आवाज दे."

"बरं..."

ती चौघं चहा पीत होती. नेहमी पोरांशी काहीबाही बोलणारा शिवा गप्प होता.

पोरं चहा पिऊन उठली.

रखमा चुलीपुढे जायला उठली तर शिवानं तिला हाक मारली?

"रखमा-"

"जी..."

"औंदा पीक काय घ्यावं ह्येचा इच्चार करतोय."

"अजून मोप दोन म्हयने पडलेत. चैत्र-वैशाख गेले की जेष्ठात पाऊस पडंल तवा कुठं हिरीला पानी यील. मग हायब्रीडाची ज्वारीगिरी..."

"त्येच म्हंतोय मी..." तिला मधेच थांबवत शिवा म्हणाला.

"ज्वारीगिरी नेहमीचंच झालंय. काही येगळं घ्यावं म्हंतो."

"काय घ्यायचं येगळं?"

"मला वाटतं ऊस न्हाई तं कपाशी... त्यात बी उसाला लई भाव हाय. ऊसच घ्यावा म्हंतो. किती दिस खर्चाची न नफ्याची तोंडमिळवणी करत -हायची. तुझी लुगडी पाह्यलीतं असली, पोरांचे कपडे, माझे कपडे... सगळे फाटकं-तुटकं. धाबं घातलंय म्हणून घर म्हनायचं. पन जरा पैसा आला तं शिमिटाचा गिलावा करून घिऊ. किती दिस सारवण करीत -हाशील?"

“रखमाचे पाय खिळून राहिले. नवरा स्वप्न सांगत होता. चांगली लुगडी, सिमेटचा गिलावा हे सगळं बोलत होता. तिला ऐकून बरं वाटत होतं. त्याचं प्रेमही दिसून येत होतं. त्याची तिची अन् मुलांची काळजीही लक्षात येत होती पण एकीकडे तिच्या दृष्टीपुढे पूर्ण वर्षभराचा पाऊस आणि दिवाळीनंतर कोरड्या होत जाणाऱ्या विहिरी येत होत्या. तिच्या नवऱ्याच्या डोळ्यांत उगवू पाहणारी स्वप्नं पाण्याअभावी सुकणार, तर नाही ना ही तिला काळजी वाटत होती.

“अशी गप कामुन बसली? काही तं बोल.”

“काय बोलू? मी इच्चार करत होते. तुमच्या मनात उसाचं हाय. पन उसाला लई पानी लागतं.”

“यील की पानी!”

“पानी काय तुमच्या ऐकण्यात हाय व्हय? यील म्हणल्यावर लगे ईलच असं म्हनायले.”

“यील यील. पाण्याला घाबरत ऱ्हायलं तं जगनंच इसरावं लागंल.”

“आवं पन् कोनतं पीक घ्यायचं त्यासाठी पान्याचा इच्चार तं करावाच लागतू आणि थोडं कमी मिळालं तं चालंल पन जास्त नुकसान नको. आता बी काय कमी हाय आपल्यास्नी.”

“तू गप बस. बायकांची जात! आहे तिथंच फुगडी घालत बसती. चार पावलं पुढं जायचं म्हन्लं की जीव घाबराया लागतो. ह्ये बग माझं पक्कं ठरलं हाये ऊस लावायचा म्हंजी लावायचा.” शिवा तिच्या निषेधाला मोडून काढत निर्धारानं म्हणाला, “काय कमी हाय इच्चारती. लुगडी पाह्यली हायेस कधी आपली? चुली म्होरची गाडगीमडकी पाह्यली? बाजंची दोरी लटकाया लागली, पन दोरी आणता येईना झाली. घराचा तोंडावळा मोडून काढाया पाह्यजे.” त्याचा चढलेला आवाज ऐकून रखमा गप्प झाली.

“करा तुमच्या मनाला यील तसं. मी काय तुम्ही म्हनाल ते काम करीन. हायेच किती वावर. पाच एकर. त्यात काय मोठं कष्टावं लागणार?”

“त्येच म्हन्तो मी. पाच एकर वावर. त्यात ऊस तो कितीसा आन् त्याला पाऊस लागनार कितीसा.”

रखमाला आपल्या नवऱ्याला कसं समजवावं कळेना. पीक कमी असलं तरी प्रत्येक झाडाची आपली आपली स्वत:ची तहान असते. तेवढं पाणी त्याला द्यायलाच हवं. दिवाळीच्या जरा पुढे दिवस सरकलं की विहिरीचं पाणी आटायला लागतं आणि कशाच्या भरंवशावर आपला नवरा ऊस लावायला निघालाय तिला

कळेना. असली जिद्द.

आता ऊस म्हटलं की काय काय लागणार? बेणं, खत, बारा महिन्यांचा पूर्ण काळ आणि बाराही महिने पाणी. अधेमधे दुसरं कोणतं पीकही घेता येत नाही. पूर्ण बारा महिने काढायचे कसे...खर्च कसा करायचा?

ती चुलीपुढे येऊन विचारात हरवत गेली.

तेवढ्यात मुलं शाळेची कपडे घालून आली.

"माय, शाळेची येळ झाली बग. जेवायास्नी दे..."

"व्हय, भाकरी टाकते बघ गरम."

ती भाकरी करू लागली.

पोरांनी भाकरी खाल्ली.

"माय, आज बेसनात मीठ टाकायला इसरलीस. आळणी झालं बग."

"आसं... बरं ह्ये मीठ. मीठ कमी असलं की लगोलग जेवणाला नावं ठिऊ न्हाई. कालवून घ्यावं मीठ, आपल्याला दोन घास खायला तरी मिळत्येत. किती तरी मान्सं अशी हायती ज्यांना दोन दोन दिस फाके पडतेत."

खरं तर रखमाला स्वत:चाच राग येत होता. शिवानं सांगितलेलं मनात घोळत होतं. ती काही ठोकताळे लावत होती. तिचं लक्ष मीठ, मिरचीत नव्हतंच.

तिनं संतोषचा भांग पाडून दिला, तुटलेलं बटन टाचून दिलं.

ती त्या कपड्यांकडे पाहत राहिली. दहा ठिकाणी कपडे शिवले होते. गेल्या वर्षाचे कपडे आजही पोरं वापरत होती. संतोषचा शर्ट आखुड होऊन कमरेच्या वर तरळू लागला होता.

शोभाच्या लक्षात आलं ती कसला विचार करते ते.

"माय, आम्हाला शाळेतले ड्रेस नवीन कधी घेणार?"

"दिवाळीला घिऊ शोभा."

"गेल्या वर्षीपासून तू असंच म्हंती..."

"मग काय म्हनू सांग शोभे! मला काय हौस आली व्हय असली कापडं तुम्हाला घालायची?... माझं बी लुगडं धा ठिकाणी गेलं हाये... तू मोठी हाय... तुला बी समजत न्हाई व्हय..."

शोभा गप्प बसली.

"इतकं वाटतं तं माग तुझ्या बापाला." शोभा उठली.

"चल संत्या, साळंला उशीर व्हईल." तिनं संतोषला म्हटलं.

दोघं पोरं शाळेकडे निघाली.

पडवीत शिवा बसूनच होता. उन्हाचा चटका हळूहळू सुरू झाला होता.

"मी म्हंते..." ती आदमास घेत म्हणाली.

"हं?..."

"म्हंजी रागावू नका. थोडं शांतपणानं ऐका."

"बरं, न्हाई रागावत."

"ऊस घ्यायचा म्हन्लं तर पुऱ्या वर्साचं पीक. ज्वारी घेतली की कसं घरात बी येती, बैलाला वैरणबी व्हती. भाजी नसली तं उगं मिरच्या तव्यावर खरडल्या आणि दोन घास खाल्ले असं व्हतं. उपाशी तं ऱ्हावं लागत न्हाई. पोरान्ला शाळेचे कपडे घ्याचे... समदंच करायचं ते ऊस घिऊन कसं जमलं? चार-चार महिन्यांचं पीक घेतलं की पैसा तं मोकळा होतो!"

"आगं, मी तोच इच्चार करत होतो. पैसा मोकळा म्हंजे कितीसा ग?... पैसा मोकळा व्हऊन बी धडुत्याच्या गाठी चुकत न्हाईत. एक वर्स करून बगू की आसं काई... आता ऊस लावायचा म्हंजी थोडं कर्ज घ्यावंच लागंल न्हवं. चार हजार जास्ती घेतो. चार पोती जोंधळं आणून घालतो... बाकी समदं काय असतं?... पोळ्याच्या दिवशी पुरणाऐवजी साधी पोळी खाऊ घाल बैलान्ला. दीपवाळी जाऊ दे तशीच."

"आन् ... तुम्हाला न् मुलान्ला?"

"एक वर्ष पुरनपोळी खाल्ली नाई तं काही जीव न्हाई जात. एकदा ऊस निघाला की कर दर आठवड्याला पुरणपोळी."

"आणि पान्याचं?..."

"ह्ये बघ, सखारामानं पायपाला होल मारलं नं पाणी शेतात घेतलं..."

"म्हंजी जिल्ह्याच्या गावी जानारी पिन्याच्या पान्याची लाईन?"

"व्हय. त्ये बगूनच माझ्या मनात इच्चार आला उसाचा..."

"पन ह्ये असं पिन्याच्या पान्याच्या पायपाला भोक पाडून पानी घेनं म्हंजी..." रखमाला तो विचार तितकासा रुचत नव्हता.

"तू जास्त इच्चार करू नगंस. चांगल्या वाईटाचा इच्चार आपन करायचा.. मग त्या द्येवानं कामुन करू न्हाई?... दर साली उगं शिपलीभर पाणी मोकळं करावं तसा पाऊस पडतुया. बाकी समदीकडं मोप चार म्हयने पाऊस ऱ्हातो. पन् आपल्यापातुर येईस्तो त्येला भीक लागती. तो इच्चार करत न्हाई तं आपन कामुन करायचं?"

रखमाला हसू आलं.

“आता तय द्येवाशी भांडाया लागलात व्हय?...तुमालाबी काय म्हनावं!”

पण शिवा कावलेलाच होता.

“आता ते जिल्ह्याकडले लोकं!... प्रत्येकाच्या दारी गंगा उगवली हाये.”

“गंगा?...” नकळून रखमानं विचारलं.

“न्हाई तं काय? बोरिंगी घेतल्यात प्रत्येक घराम्होरं. चारदा अंगुळी काय न् कपडे धुणं काय न् ते इलायती संडासात लघवीला गेलं, तरी बाल्टीभर पानी टाकायचं मशीन काय?... हिथं तू एक बाल्टीत पुरा सैपांक करतीस आन् तिकडं मुताया...”

“आसं! तुमी कधी पाह्यलं?”

“गेलो व्हतो येकदा जिल्ह्याच्या गावी तवा मित्राच्या सासुरवाडीला गेल्तो. तवा पाह्यले त्येंचे थाट. आता पाचपन्नास झोपड्या हायती पन तिथं बी सार्वजनिक हापसे हाय. रखमा ह्या लोकान्ले पाणी वापरताना आपली सय येत न्हाई नं आपून बी का इच्चार करायचा त्येंचा. ह्यो तर आपल्या भाकरीचा प्रश्न हाये.”

“बरं, त्येन्चा इच्चार सोडा. पन् तुम्हीच म्हटलं न्हवं आत्ता की शिपलीभर पाऊस येतो. आता ऊसाला शिपलीभर पाऊस कसा पुरंल? मोट भरून वतली तरी त्या पिकाचे व्हटं भिजत न्हाईत असं तान्हेलं पीक ते...”

“ती इच्यारपूस करून बसलोय मी... पाऊस पान्याची...”

“आत्ता...कुनाकडं केली इच्यारपूस? आभाळाकडं?...”

शिवा चिडचिडला. तो इमले रचत होता आणि रखमा त्यांना हलवून हलवून पक्कं आहे की नाही हे पाहत होती.

“तू मला चिरडीला आनू नगंस...”

रखमा गंभीर झाली. तिनं त्याच्या हातावर हात ठेवला.

“चिरडीला आनाया गंमत न्हाई करत मी. मनात शंका हाये ती इच्यारतेय. ऊस लावायचा म्हंजी तुम्ही कर्ज काढायचं म्हंता. समद्याचाच इच्चार करावा म्हणून इच्यारते...”

शिवा थोडा शांत झाला.

“औंदा पानी चांगलं व्हणार आहे.”

“कोन म्हन्लं?...”

“तिकडं पुन्याकून कळालं.”

“पुन्याकून?”

“व्हय. तिथं लई मोठं... ते काय म्हन्तेत ते हाय. सरकारी. त्येंनी

सांगितलं की औंदा पाऊसपानी चांगलं व्हनार हाय.''

''सरकारवर कधीपास्नं इश्वास ठेवायलात तुम्ही...''

''आगं, सरकार म्हंजी... तिथं लई हुशार लोकं असतेत. काय बाय म्हंतेत बघ त्येन्ला... चल, जाऊ दे. पन् आपल्या गावातल्या जोशीबुवानं बी त्येच सांगितलं.''

जोशीबुवानं सांगितलं म्हटल्यावर रखमा जरा विचारात पडली. तिचाच काय, पण सगळ्या गावाचा जोशीबुवावर विश्वास होता. त्यांचे आडाखे बरोबर असायचे. कुठं वस्तू हरवली, बैलं चोरीला गेली. सणासुदींच्या तिथी, लग्नाच्या तिथी, मर्तिकाचा तेरावा वगैरे सर्वच जोशीबुवा सांगायचे. गावात काही नवीन घडायचं ठरलं की जोशीबुवा शकुन पाहायचे.

''जोशीबुवा म्हन्ले औंदा ओला दुष्काळ असंल.''

''बघा मग काय ते. जोशीबुवा म्हंतेत तं बरूबरच असेल, पन आता पावसाळ्यात ऊस लावायचा म्हंजी दीड सालाचं पीक घ्यावं लागंल.''

''हां... औंदाचा पावसाळा, पुढचा पावसाळा घिऊन दसऱ्याच्या वक्ताला ऊस काढायला...''

''आन् तवर ऊस सांबाळायचा?...अवघड हाय बरं. दीड वर्स काय कमी नसतं...''

''माज्यावर इस्वास ठिव की जरा.''

''तुमच्यावर बक्कळ इस्वास हाय पन् आपल्या नशिबावर न्हाई...''

''बघू नशिबाच्या म्होरं पाऊल पडतं का ते!''

''त्ये बघा, पण मला वाटतं येवढा दीड वर्साचा आडसारी ऊस घ्यायच्यापेक्षा पावसाळ्यात काही येगळं पीक घ्यावं. सा म्हयनांचं आनं. मग दसरा-दिवाळीत ऊस लावावा. हाती थोडा तं पैसा यील.''

''बघू काय करायचं ते. उगं बाजारात तुरी न् भट भटनीला मारी, असं करायलीस तू. बेणं तिकडं बाजारात... आन् ...''

''मी मारायले व्हय तुम्हाला?.... थोडा इच्चार सांगितला. पटला तं बघा. न्हाई तं तुमच्या मनाला यील तसं करा.''

शिवा गुमान बसला. त्याच्या डोळ्यांपुढे उसानं भरलेलं शेत डोलत होतं. पानापानांत रुपयाचे शिक्के दडले होते. वाऱ्याबरोबर पीक डुललं की ते शिक्के खुळखुळत होते.

त्यानं अंघोळ आटपली. न्याहारी करायला तो बसला. रखमानं पितळी

तांब्यात पाणी दिलं. शिवा चटणीसोबत भाकरी खाऊ लागला. रखमाची नजर उगंच घरातल्या दोऱ्यांवरून भिरभिरत होती. त्यावर मुलांचे कपडे, शिवाचे कपडे पडले होते. कपडे म्हणजे 'धडुती'च होती. दहा ठिकाणी फाटलेली. नवऱ्याच्या डोक्यात उसाचं आहे, पण पाच महिने उशिरा पीक लावलं, तर पाच महिन्यात दुसरी पिकं घेता येईल. काही हायब्रीड ज्वारी, थोडं माळवं, मूग, दसऱ्याच्या वेळी हातात थोडा तरी पैसा येईल. घरात कसेही चालतात. पण शाळेत चांगले कपडे हवे. मुलांसाठी चांगले कपडे घेऊ, शिवाला बंड्या घ्यायला हव्यात. धोतराचं एक पान... आणि ह्यातून काही पैसे वाचले तं आपल्यासाठी एक नाटी (साडी). कोनत्या रंगाची घ्यावी बरं! रखमाच्या नजरेपुढे रंगाचा पट उलगडला. त्यातला प्रत्येक रंग तिला हवाहवासा वाटू लागला.

हिरवी नाटी घ्यावी न्हाई का डाळिंबी. तिचं लक्ष विचार करता करता आपल्या विरलेल्या रंगाच्या साडीकडे गेलं. ह्या साडीचा रंग कसा होता हे ती आठवू लागली.

शिवानं हात धुतले.

"आवं!..." रखमा

"हं?..." शिवा.

"थोडे पैसे हायती का?" रखमा

"पोराइन्ले शाळंचं कपडे करायला झालेत."

"ह्ये बग, ती शाळा काई पळून चालली न्हाई की पोरं पळून चालली न्हाईत आन् फारच झालं तर पोरीची शाळा बंद कर. न्हाईतरी काय शिकून बी तं शेतातच काम करनार."

"न्हाई न्हाई, शोभीला साळात शिकू द्या. शहरातल्या पोरी कशा शिकतात!..."

"काय शिकतात? 'येस-फेस' करत बसल्येत. आगं गव्हाचं पीक कोनतं आन् ज्वारीचं कोन्तं ह्ये तं पोरीन्लाच काय पन् मोठ्यान्ला बी कळत न्हाई. रबी आणि खरीप कळत न्हाई. काय त्ये शिकून फायदा?..."

"त्ये मला कळत न्हाई. पन गुर्जी म्हन्तेत लिहा-वाचाया यायला हवं. शाळा न् पोरं पळून न्हाई चालले, पन अंगावरले कपडे तं पळून चालले न्हवं."

"साळत गेली काय, न गेली काय पन-पोरीच्या अंगावर कपडे तं पाह्यजेलच न्हवं."

"बघू पुढं." शिवा वैतागून म्हणाला. आयुष्याच्या सगळ्या प्रश्नांवर,

गरजांवर, मागण्यांवर नशिबानं लाल फुल्याचं मारल्या होत्या.

शिवानं पायात वहाण घातली तं तीही तुटलेली.

''तिच्या आयला. हिलाबी आत्ताच तुटायचं व्हतं.'' तो चिडचिडला. त्यानं ती तुटकी वहाण काखोटीला मारली आणि तो बाहेर पडला. तुटक्या वहाणा घेऊन, गरम फुफाट्यात पाय रोवत तो चालू लागला. दूरवर त्याचं स्वप्नांचं मृगजळ झुळझुळत होतं.

११. ओलं आभाळ-कोरडे डोळे

“सुभद्रा, चलती न्हवं?....” बाहेरूनच जानकीनं विचारलं. जानकीच्या कमरेवर आणि डोक्यावर कळशा होत्या.

“व्हय, आल्ये, तुजी वाटच बगत व्हते बग. पान्याचा थेंब न्हाई घरामंदी...”सुभद्रानं तीन कळशा घेतल्या. एक कमरेला-काखोटीला- घेतली. डोक्यावर एकावर एक अशा दोन ठेवल्या.

“येवढं जमल व्हय पानी सांबाळनं, दुरून आनायचं हाय...”

“समदं जमतं... आम्ही चार चार कळशा डोक्यावर आनायचो.” आतून सुभद्राची सासू म्हणाली, “घरात पानी न्हाई. आता तुम्ही पान्याला जाल तं मोप घंटाभर लावाल.”

“काय करावं आत्या मंग... पानी कुटं जवळ मिळायला गेलं?... धा ठिकानी इच्यारावं लागतं... काकुळती करावी लागती तवा कुटं पानी मिळतं.”

“डोळ्यांत पानी आनावं तवा कुटं कळशीत पानी येतं...” जानकी म्हणाली.

सुभद्राची सासू कमरेवर हात ठेवत तोल सावरत बाहेर आली. दिवस कलंडायचा वेळ जवळ आलेला होता तरी उन्हाच्या झळा कमी झाल्या नव्हत्या, डोळ्यांना प्रकाशाची भगभग आणि अंगाला उन्हाच्या झळा असह्य होत होत्या.

“माय मरो ह्या उन्हाचीबी...” म्हातारी करवादून म्हणाली.

“आता... उन्हालाबी माय असती व्हय?” हसत जानकीनं विचारलं.

“माय असल्याबिगर कुनी जलमलं हाय व्हय? या सूर्याचीबी माय हाय की! पुरबा नावाची... तिची लई मोठी गोठ हाये. पन गोठ नंतरच्यानं सांगेन. आधी पान्याला जावा माय. श्येतामधली गडीमान्सं येतीलच बग थोड्या येळात. त्येंच्या म्होरं भाकर तुकडा वाढाया आदी पानी हवं न्हवं.”

“चल” सुभद्रानं जाडजूड चपला पायात घालत म्हटलं.

“आन... लवकर या गं पोरीहो... उगं रमत बसू नका...” म्हातारीनं नेहमीप्रमाणे जतवून सांगितलं.

“व्हय... पानी घेतलं की सरळ घराकडंच यीन न्हवं...” सुभद्रा म्हणाली.

दोघी पुढे झाल्या.

“आता जातील मेल्या पानी आनाया न् तिथंच रमतील, समद्या साळकाया माळकाया जमतील आन गप्पा हाकत बसतील. तुझी सासू, माजी सासू करत... काय करनार? ह्ये म्हातारपन आसलं की सादा लोटा बी उचलता यीना झाला. ह्या पोरी दोन कळशा डोक्यावर घ्यायला दमतात... आमी चार-चार कळशा डोक्शावर आनायचो...” म्हातारी पुटपुटत घोंगडीवर पडली. तिच्या सुकल्या शरीराला तापलेल्या पत्र्याची उष्णताही सहन होत नव्हती.

सगळं गावच काहिली झालं होतं. दुपारच्या उन्हाचा सुन्नपणा सगळीकडे पसरला होता. घरातली गडीमाणसं सवयीनं शेतात जायची. शेतं नांगरून तयार होती, पण दोन खणी घरात दिवसभर बसून तरी काय करायचं? त्यापेक्षा आंब्याच्या झाडाखाली बसलेलं बरं... असा विचार करून गडीमाणसं शेतात जायची. काळ्याभोर जमिनीकडे पाहत आपली दृष्टी पेरायचे.

“औंदा, चांगलं पीक द्ये माये.” मधेच वर दृष्टी करून ते तळपणाऱ्या आकाशाकडे बघत होते. एवढ्या उन्हाची भरारी मारायचं धाडस एकाही पक्ष्याला होत नव्हतं.

“द्येवा, पानी द्ये बाबा. हिथं आमचे ओठं कोरडे पडायले पान्याबिगर, तं जमिनीचे व्हट कसे भिजावे! तुझी किरपा असू द्ये...”

ते विनवणी करायचे.

उन्हाळ्याचे तीन महिने दरसाली गावाला अवघड जायचे. पाण्याविना गाव जणू गरम तव्यावर तडतडत असायचं. गावाच्या या स्थितीमुळे गावात कुणी मुली द्यायला तयार होत नव्हतं. अगदी नाइलाजानं अडलेला नडलेला पिता आपली मुलगी गावात द्यायचा आणि अशाच मुली गावातल्या समस्यांना तोंड देऊ शकायच्या.

“...चल गं पारू... बकुळे, चल गं...” एकेकीच्या घरापुढे उभं राहून हाका मारत हंडे-कळशा घेऊन ह्या लेकीसुना निघाल्या. हळूहळू त्यांचा घोळका तयार झाला.

“कुटं जावं गं आधी?...सरकारी कालनीत जायचं?”

“ते लई दूर पडल.”

“मग हिथं कुटं पानी हाये आपल्या हातालगत.”

“चल मंग... बघू या...”

सगळ्याजणी सरकारी क्वार्टरच्या दिशेनं निघाल्या. ऊन आता उताराला लागलं होतं. सरकारी कॉलनीत लिंबाची, गुलमोहराची झाडं वाऱ्याबरोबर डुलत उभी होती.

बकुळानं झाडांकडे पाहिले. तिला हसू आलं.

“सुभद्रे, मला येक कळत न्हाई, ह्या फुलाला बी फुलायला ऐन उन्हाळाच गावतो! येवढ्या उन्हाचं उलीस फूल तग धरतंच कसं?”

“खरं गं... माज्या दारातल्या मोगऱ्याला बी हाच वखुत मिळतो बहराया. झाड जनू उन्हाळ्याची वाट बगत असतं...”

“मला तं वाटतं म्होरला जलम झाडाचाच मिळावा...” पारू म्हणाली.

पारूचं बोलणं ऐकून पोरी हसल्या.

“कामुन गं पारू?”

“मान्साचा जलम समद्यात वाईट. पाखरं, जनावरं, झाडं बरी आपली. आयतं मिळतं ते खातेत. कामधंदा न्हाई न काही न्हाई... पन आपलं आयुष्य...”

सगळ्याजणी लिंबाच्या झाडाखाली सावलीला टेकल्या.

“खरं हाय गं...” चांगुणा म्हणाली.

“आपण मेलं पहाटंच पाचपासून उठायचं शेणगोठा करायचा, सारवण करायचं... चुलीम्होरं बसायचं... भांडी न कपडे तं हायतीच.”

“पार शिणतो बग जीव. आसं वाटतं द्येवानं आधी कामं जल्माला घातली न मंग कामं करायास्नी आपल्याला जल्माला घातलं...”

सगळ्यांची तापलेली मनं उतू जाऊ लागली.

“व्हय गं... समदे मोसम जणू जीव घ्यायलाच येतेत. उन्हाळ्याची ही दशा. त्यात पापड करा, कुरडई करा, वडा करा...खार घाला.. सारी सालभराची कामं करा पन् म्हणून सालभर निवांत ऱ्हाता येत न्हाई...”

“माय... जनावरं निवांत बसतेत पन आपन कदी बसावं... पाऊस लागला की श्येतातली कामं सुरू व्हतीन... मंग तं हाये दिसभर घर न वावर. जीव निस्ता मेटाकुटीला येतो.”

“व्हय... आन... दसरा-दिवाळी... म्हंजी माज्या घरच्या सासुरवाशिनी माह्याराला येतेत. मंग त्यांच्या घरात कलागती लावायच्या, भांडणं उकरायची

सुरू व्हेतेत. माऽऽय आन् खायला बी ह्ये कर न् त्ये कर.''

पोरी आपापली दुःखं सांगत होत्या. ह्या सर्व कष्टांशी, दुखण्यांशी त्यांची ओळख होती. सर्वांचे कष्ट समान होते. फक्त बोलून मोकळं होण्यातलं सुख त्यांना मिळत होतं.

''गडीमान्सांचं बरं आसतं, दोन म्हयने पावसाळ्याचे आन् दोन म्हयने शाळूच्या दिसांचे तेवढं वावरात काम करावं लागतं. मंग आपले हायती मोकळे..''

''आसं कसं म्हन्ती गं! त्येन्ला बी तं चिन्ता असतीच.''

''चिन्ता कुणाला नस्ती? आपन वावरात दिसभर मरमर करायची. वावरातलं काम आपल्याबिगर तं व्हत न्हाई... पन कधी हातात चार पैसे दिले का, की जा बाई आण येखादं लुगडं... न्हाई तं येखादं गंठन!''

साऱ्याजणी शब्दांचा पूर आल्यागत बोलत होत्या. मध्येच डोळ्यांच्या कडा पुसत होत्या.

राधा जमिनीवर रेघोट्या मारत गप्प होती.

''ये राधे... जमिनीवर रेघोट्या कामुन मारती? मातीत रेघोट्या न्हाई मारू बाई. आपलं नशीब मातीतच लिव्हलं जातं.''

राधेनं गढूळ नजरेनं वर पाहिलं. पुन्हा मान खाली घातली.

''काय झालं गं... तू नेहमी अशी गुमान कामुन ऱ्हाती गं? तुला काय व्हंत? बोलून मोकळं व्हावं बाई...'' तिला पारूनं समजावलं. राधा त्यांच्यात सगळ्यात लहान सून.

ती लग्न होऊन आली तशी हसणं हरवूनच आली होती.

''आगं, तिला हस्ता येत न्हाई...''

एकीनं म्हटलं तशी राधेचं डोळे भरून आले.

''शिकेल पोरींचं लई अवघड असतं बघ.''

''राधे, किती गं शिकली तू?''

''नववीपर्यंत...''

''माऽऽय, नववी पात्तोर शिकलीन ह्या गावात लगीन करून आली? तुझ्या बापानं दिलं कसं गं हिथं?''

''आपल्या गावात मुलीन्ला देत न्हाईत. समद्याच गोष्टीचे वांधे हायती. म्हनून आम्ही न शिकलेल्या हिथं आलो,

पन तू नववीपात्तोर शिकली आन् दिसायलाबी नादर हाय. तरी कामुन गं हिथं दिलं बापानं तुला?''

राधेचे डोळे भरून येऊ लागले. न भरून येणारी जखम भळभळू लागली. कुणाला न सांगता येणारं दु:ख ती आपल्या सोबतिणींना सांगू लागली.

"आगं ऽऽमाय... तो कितवीला व्हता गं...?"

"कॉलेजात होता तो..."

"भेटत होतात जनू?"

"हो. भेटत होतो म्हणूनच कळलं घरच्यांना. आधी गावातल्यांना कळालंय, मग घरच्यांना."

"चांगला कालिजात शिकणारा मुलगा. मग बापानं लगीन का न्हाई लावून दिलं?"

"त्यांची आमची जात वेगळी होती" राधेच्या डोळ्यांतून पाणी वाहिलं.

"आगंऽऽ माय. येगळी जात... मंग बापाचं बरूबर हाय की गं, जातीबाहेर जाऊन कुणी लगीन लावतं व्हय."

"आजकाल लावतात गं पारू, पण माझ्या वडिलांनी जुमानलं नाही पहिलं स्थळ या गावाचं आलं-दिलं लावून लग्न. माझ्या शिक्षणाचा विचार केला नाही की, माझ्या इच्छेचा विचार केला नाही. मला शाळेत शिक्षिका व्हायचं होतं. मुलांना शिकवायचं होतं, पण आता..." नवऱ्यालाच शिकवायची वेळ आली आहे. ना वाचता येत ना लिहिता येत त्याला. लग्नच लावायचं होतं; तर जरा तरी बरं गाव पाहायचं. साऱ्या जन्माची अशी शिक्षा... प्रत्यक्ष माझ्या वडिलांनी!" राधा फुटून फुटून रडू लागली.

पारूनं तिला जवळ घेतलं.

"आता धीर धर माय. दोघांचंबी चुकलं. तू जातीभायर जीव लावला ते चुकलं. पोरीची आब्रू काचेच्या बांगडीगत. टिचली की संपली. मग ती बांगडी घालायची नसती. बापाचं काळीज काळजीत पडलं असंल. लावून दिलं लगीन... पण आमाला सांगितलं ते कुनाला सांगू नगंस. बरं का गं..." पारूनं सगळ्यांकडे पाहत म्हटलं.

"आज या कानानं राधेच्या मनातलं ऐकलं ते हिथंच सोडून द्या. कुनाला बी सांगायचं न्हाई कुनी! आन् राधे, तू बी धीर सोडू नगं. आमाला तुज्यावानी बोलता येत न्हाई. अंगणवाडीतल्या बाईवानी बोलते तू. आमच्या मुलान्ला शिकवत जा. आमी पाटलाकडं साकडं घालू. तुला शाळंत घ्यायला लावू. सारे तं गुरुजी भायेर गावाहून सकाळी येतेत आणि सांजचं जातेत. कुनाचं शिकवन्याकडे लक्ष नसतं. तुला साळंत घेतलं तं बरी गावचीच बाई शाळंला मिळेल."

"व्हय व्हय... आपन सांगू पाटलान्ला."

सगळ्यांनी हमी भरली. ऐन उन्हाळ्यात राधेच्या मनात पावसाचे शिंतोडे आले.

"आगं, चला गं... तिकडं आपल्या सास्वा आपल्या वाटंकडं डोळं लावून बसल्या असतील. लई घाबऱ्या व्हतात बग त्या! कुटं सुना जरा शिळोप्याच्या बोलत बसतील, त्यांचं उणंदुणं काढत बसतील."

बकुळेनं नाक वाकडं केलं.

"आत्याबाईंचं काळीज बी उल्टं हाये की काय जाणे! येकदा सरकारीत जाऊन छातीचा फोटू काढून आनायचा. बग उलटं काळीज येतं की न्हाई ते! डाक्टरबी तोंडात आश्चर्यानं बोटं घालेल... आगं, जरा गप्पा मारल्या की पोटात दुखतं... जरा येक घास आपन जास्तीचा खाल्ला तं हिला अपचन व्हतं... सुनानं धडपनानं राहूच न्हाई की काय!..." सगळ्यांनीच संमतीनं मान डोलावली.

अखेर सुस्कारा सोडून बकुळा उठली. तिनं कपड्यांची चुंबळ करून डोक्यावर ठेवली. एकेकजणी उठल्या... घोळका सरकारी कॉलनीकडे गेला.

"ए बायांनो, परवाच सांगितलं ना की इकडे यायचं नाही." क्वार्टरमधली एक बाई अंगावर येत म्हणाली.

सगळ्यांची पावलं अडखळली. आज ही बाई तं अंगात आल्यासारखी वागतेय. आता सगळ्यांनीच असं म्हटलं तं पाणी आणायचं कुठून? त्यांनी राधेला पुढे केलं.

"...ताई, थोडं पाणी द्या. एकेका घरातून एकेका बाईला जरी पाणी मिळालं तरी आमचं काम होईल. तुमचं फक्त दोन कळशा पाणी जाईल, पण आमच्या घरची चूल पेटेल."

क्वार्टरमधली स्त्री राधेकडे पाहत होती.

"वा गं. चांगली बोलतेस, शिकलेली वाटते आणि पाणी मागत फिरते?..."

"ताई, पाणी शिकलेलं न शिकलेलं कुठं बघतं? ते आमच्यासाठी संपलेलंच असतं. येवढा महिना सांभाळून घ्या आम्हाला. बहीण समजा, मुलगी समजा, पण पाणी द्या. मृगाचा पाऊस आला की आम्ही नाही त्रास द्यायचो तुम्हाला!"

बाकीच्या बंगल्यातल्या बायका बाहेर आल्या.

"काय करायचं हो काळे बाई..." त्यांच्याकडे बघून पाटीलबाईंनी विचारलं.

सगळ्यांनी एकमेकींकडे पाहिलं. डोळ्यांतलं डोळ्यांत बोलणं झालं. "देऊ या! आपल्यासाठी उद्या नळ येईल, नाही तर टँकर येईल, पण या बायकांना केवढी पायपीट आहे! कोठल्या कोठून आल्यात..." न बोलता त्या

बोलून गेल्या.

"घ्या गं पाणी, पण एकदा पाऊस आला की नाही हं यायचं..."

"बरं..."

सगळ्याजणी एकेका बंगल्याकडे पांगल्या. दोन घागरी भरायला वेळ केवढा लागणार! पण पाणी शोधायची पायपीट मात्र फार होती. आज इथून पाणी नेलं, उद्या पाटलाच्या शेतावर जावं लागेल... परवा...बस हे पाणीच शोधणं आपल्या नशिबी आहे.

"ताई, तुम्हाला खारूड्या आवडत्येत?..." जानकीनं बंगल्यावाल्या बाईला विचारलं.

"काय?..."

"बाजरीच्या खारूड्या. तीळ घालून करतेत त्या."

"खारवड्या! हं... हो आवडतात की!"

"आम्ही कालच केल्यात. तुमच्यासाठी आनल्या तं खासान?"

"होऽऽ. अगं, फार आवडतात मला खारवड्या, पण करणंच होत नाही कुरडयापण आवडतात. तुला येतात करता?" बाईनं विचारलं.

"व्हय!"

"मला करून देशील?... मी पैसे देईन तुला करण्याचे." बाई बोलून गेली. जानकीला कसंसंच वाटलं.

"न्हाई ताई, पैसे कशे घीन वं तुमच्याकुन? येवढं पानी देता न्हवं... आसं करा आज दोन किलू गहू भिजू घाला. मी उद्या येते. वाटा घाटायचं मी बगते. फक्त गहू भिजवा तेवढं..."

"नक्की नां!... नाही तर मी गहू भिजवीन आणि तू येणार नाहीस."

"ताई, या पान्याची आण. उद्या येते मी..." जानकीबाई खूष झाल्या.

पोरी डोक्यावर, कमरेवर कळशा घेऊन परतू लागल्या.

"उद्या त्या ताईच्या कुरवड्या करून द्यायच्यात." जानकीनं सांगितलं. जानकी सांगत होती. सगळ्याच खुष होत होत्या. "जानके हुशार हायेस गं लई!... आता मी बी त्या दुसऱ्या ताईला म्हंते. आगं, पापड म्हनल्या तं पापड करू. आपन धा जनी पापड लाटाया बसलो तं येका तासात येका किलोचं पापड व्हते..."

"खरं की..."

"पानी मिळनार असंल तर काय हरकत हाये!"

पोरी वजन पेलत जड पावलं घेऊन परतत होत्या.

"काय बी म्हना, तिथं ग्येलं की लई नादर वाटतं. येवढं मोठं पटांगण, नादर घरं... लईच थाट असतू साहेब लोकांचा."

तो थाट बघून पोरींचे डोळे निवत होते. परतीच्या सूर्याची किरणं आपल्या घागरीत घेऊन त्या परतायच्या. शरीर दमायचं, पण मन त्याच गप्पांमध्ये रमलेलं असायचं. घरी सास्वांच्या घशातलं जातं सतत चालू असायचं, शब्दांचं पीठ पडायचं. पोरींच्या मनात मात्र एकमेकींची गुजं गुंजत असायची. कॉलनीतली ऐसपैस जागा आठवायची. त्यात वाळवण घातलेल्या कुरड्या, खारवड्या डोळ्यांपुढे यायच्या. कॉलनीतल्या ताईंच्या टापटिपीच्या साड्या, निगुतीचं राहाणं डोळ्यांपुढे यायचं. राधाच्या प्रेमाची अधुरी कहाणी आठवायची, तिचं छान बोलणं आठवायचं, तिच्यासाठी जीव तुटायचा.

ooo

आणि एके दिवशी आभाळात जातं वाजू लागलं. ज्येष्ठ संपता संपता आभाळात ढग जमू लागले. सूर्याची धग एकदमच कमी झाली. गडीमाणसं पारावर जमू लागली. आभाळाकडे पाहत शेतात काय पेरावं याचा विचार करू लागली.

पोरी घागरी घेऊन बाहेर पडल्या. पोरी आज गप्प होत्या. आज पावसाचा रागरंग दिसत होता. आभाळ जड झाल्यागत खाली आलं होतं.

"राधे आता रोजच्या भेटी व्हनार न्हाई. कधी वावरात जाताना झाली तं तेवढीच भेट व्हईल, पण तू धीर सोडू नगं. आम्ही ठरवलं हाये पाटलाकडं जायचं..."

"सारजाक्का, नक्की करा माझं काम. तुमच्या मुलांना मी माझी मुलं समजून, शिकवेन." राधाचा गळा दाटून आला.

"आन् तू गं पारू... तुझी नणंद आली तं लई म्हवरं म्हवरं करू नगंस. आपल्या सासू-सासऱ्या म्होरं आणि नवऱ्याम्होरं करत्ये तेवढं पुरंय. ह्या लेकी म्हणजे डाळीतला डोळ हाये, कितीबी शिजवा... तो काई शिजत न्हाई."

पोरींच्या मनाची उलघाल होत होती. पाऊस कुणाला नको होता! शेतं पिकायची होती, दिवाळीचा फराळ तळायचा होता, कणग्या भरायच्या होत्या. रबीच्या हंगामात शाळू, ज्वारी लावायची होती... जवळच्या नाल्यांना, ओढ्यांना पाणी येऊन विहिरी तुडुंबायच्या होत्या, पण झालं; आता आयुष्य जात्यात पडणार.

सकाळी पाचपासून रात्री दहापर्यंत कामाची रांग लागणार. एकीकडे घर बोलावणार, एकीकडे वावर बोलावणार.

कॉलनी जवळ आली. ऐसपैस जागा, लिंबाची झाडं, ते छोटे छोटे नेटके बंगले, सारं चित्रागत त्यांना वाटत होतं.

एकीनं उसासा सोडला.

"आता पाऊस पडला की ही वाट इसरायची, आपल्या गप्पा इसरायच्या...मढं बसविलं त्या पावसाचं..."

"आगं, जिभेला काई हाड. पाऊस पान्याला असं म्हनू न्हाई बाई. पानी हाय म्हणून आपण जित्त्या हाये." पारू.

"आपण जित्त्या हाय?... कदी ते इसरायलाच व्हतं बग... कामाच्या नादात पोटाला भूक बी इसरायला व्हते. आपन जित्या हाये हे घरच्यान्लाबी उमगत न्हाई. म्हनून तं वाटतं, द्येवा पुढला जलम पाखराचा दे, झाडाचा दे, जनावरचा दे, पन मानसाचा देऊ नको."

पोरी कॉलनीत पोहोचल्या. कॉलनीतल्या बायका त्यांच्या ओळखीच्या झाल्या होत्या.

"ताई, आज-उद्या पाऊस पडंल. मंग आमचं येणं थांबंल. तुम्ही आमची नड भागवली..."

"पण येत जा गं कधीकधी. संक्रांतीचं तरी यायचं. आता तुमची आठवण येईल आम्हाला."

"व्हय, येळ मिळाला की येऊच आम्ही, पन् आता येळच संपला." सगळ्यांनी भरल्या कळश्यांनी आणि भरल्या डोळ्यांनी त्यांचा निरोप घेतला.

संध्याकाळी झाली. आभाळातून धारा कोसळू लागल्या. पन्हाळीतून येणाऱ्या पाण्याखाली बादल्या, घागरी त्यांनी लावल्या. आकाशातून पडणाऱ्या पावसानं पाच मिनिटांत घरातली भांडी भरली. उन्हाळ्याच्या चार महिन्यांत पोरांची धड अंघोळ झाली नव्हती. पोरं साबण घेऊन अंग घासत पावसाच्या पाण्याखाली उभी राहिली.

बाया माणसांचा ऊर भरून आला होता.

जमिनीचा ऊर भरून वाहू लागला होता.

पोरींचे डोळे मात्र भरल्या पावसात कोरडेच राहिले होते.

♦♦♦

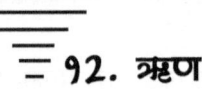

१२. ऋण

अशोकनं सुनीताकडे पाहून हात केला आणि सायकल पुढं दामटली. घरापासून एक किलोमीटरवर त्याचं कॉलेज होतं. नॉन ग्रँटेड. त्यामुळे सध्यातरी सायकलच वापरावी लागत होती. एकदा ग्रँट मिळाली, की टू व्हीलर घेऊ... नंतर पीएच. डी. झालं, की पेमेंट वाढेल. सीनियर लेक्चररचं स्केल. सगळं मिळून जवळजवळ ऐंशी हजार मिळतील. संस्थाचालक किमान पन्नास हजार तरी हाती ठेवतील. मग फोर व्हिलर घ्यायची. पण सध्या हातात टेकवले जाणारे पाच हजार पुरवावे लागतात.

सायकल चालवता चालवता अशोक विचार करत होता. 'पाच हजारातले एक हजार तर भाड्यात जातात, उरले चार. चारमध्ये या महागाईत कुठं कुठं नाचायचं? पाचशे रुपये गावाकडे पाठवायचे, तेही पाठवणं होत नाही. आबा आपल्या 'पर्मनंट' होण्याकडे लक्ष लावून बसलेले. गावाकडे गेलं, की पहिला प्रश्न परमानंद कधी व्हणार तू?... आपल्या पर्मनंटमुळे त्यांना परमानंदच होणार! सहा-सात एकर शेती; पण पावसाअभावी धडपणानं करता येत नाही. विहीर खोदायची म्हटलं तर पैसा हवा अन् विहिरीला पाणी लागेलच हेही सांगता येत नाही. पण पर्मनंट झालं, की एक बोअर घ्यायचं आणि स्प्रिंकलर लावून नव्या पद्धतीनं शेती करायची. सध्या आपली ज्वारी-बाजरीच बरी.

"आबा मी पण वाट पाहतोय. एकदा पर्मनंट झालो, की आधी शेतीचंच काम करायचं." माय आणि आबाचे डोळे आधी या बोलण्यानं चमकायचे. पण हळूहळू तो आनंद हरवला. त्यांच्या त्याच प्रश्नावर अशोकच्या त्याच उत्तरावर आबा आणि माय उसासा सोडू लागले.

एकदा तर न राहवून माय बोलून गेली.

"आग लाव तुज्या त्या कालिजाला. इतकं मोठं शिकलासा पन... तुला

पगार तरी किती हाय म्हनायचा.'' मायनं विचारलं.

''पाच हजार.'' त्यानं वरमून उत्तर दिलं होतं.

''आन - भाडं... किराणा...''

''जाऊ दे ना माय... कशाला अवघड विचारतेस?''

''मी म्हंते मग असल्या कमाईसाठी कामुन तिकडं ऱ्हातोस? या परीस इथं ये, तू, तुझा बाप, तुझा धाकला भाऊ मिळून शेती करा.''

''अगं, पण खर्च तं भागायला हवा!''

''न भागाया काय झालं? आजपात्तुर भागलं नव्हतं? फक्त येक मानूस वाढलं. तुही बायकू. ती येवढी खाती व्हय?''

''अहं...''

''काई बी बोलू नकू... तेच पोट, तेच ज्वारीचं दाणं. कालपात्तुर पोट भरत व्हतं आज भरंना झालं व्हय? एकदम पोटं मोठी आली की काय?''

''माय, नुसतं पोटापुरतं पाहायचं का? इतरही खूप काही असतं.''

''काय म्हायती तुमच्या शहरात इतर काय असतं ते. इथं खेड्यात आजवर मी न तुजा बाप पोटापुरतंच बघत आलो. आन् तुमच्या तिथं पाच हजारांत पोटापलीकडं काई पाहत असलं असं न्हाई वाटंत मला! हां येक हाये... आमी तिथं न्हाईत! बरे आपले राजाराणी.''

''सासूबाई, असं काही म्हणू नका. मी पण खेड्यातलीच आहे ना! शेतात कामं केलेलीच आहे. माझ्या मनात असा विचारही नाही. खरं ते हे कॉलेजमध्ये गेले, की पूर्ण दिवस खायला येतो, पण पुढची आशा वाटते. एकदा पगार वाढला की...'' न राहवून सुनीता बोलली न पगाराचा विषय येताच गप्प बसली.

अशोकला सायकल चालवता चालवता हे सर्व आठवत होतं. तो कॉलेजमध्ये पोचला. लेक्चरर रूममध्ये येऊन त्यानं कपाटातून आपली पुस्तकं काढली.

तेवढ्यात राणेसर घाईनं आले. जागरणानं लाल झालेले डोळे, चेहऱ्यावर त्रस्त भाव.

राणे,... इतिहासाचे प्राध्यापक. नॉन ग्रँटेड कॉलेजचे. घरी मोठा कुटुंबकबिला. आई-वडील, बहीण, भाऊ, बायको पगार अशोकएवढाच. एवढ्या सगळ्यांना न पुरणारा. निरुपाय झाला.

राणेंनी रिक्शा घेतली. संध्याकाळच्या पुढे ते गावात रिक्षा चालवू लागले. राणेंना सुरुवातीला ते अवघड गेले. खूपदा रिक्षाचं गिऱ्हाईक त्यांचाच विद्यार्थी

किंवा सोबतचा प्राध्यापक असायचा; पण परिस्थितीनं ठोके मारून राणेंना पक्कं केलं होतं. सगळ्यांचं पोट भरणं आणि बहीण-भावाचं शिक्षण हे त्यांचं उद्दिष्ट झालं. त्यात त्यांनी त्यांच्या पत्नीचं एकमेव स्वप्न... बाळाचं... सध्यातरी दूरच ठेवलं होतं.

"काय राणे... झोप झाली नाही?" अशोक.

"ते नेहमीचंच झालंय. रात्री तीनची एक्स्प्रेस गेली, की शेवटची ट्रीप मारून मी घरी जातो.

घाटे... झोप घेणारी माणसं वेगळी असतात. एकतर आपली झोप उडवणारे संस्थाचालक... किंवा पर्मनंटचे प्राध्यापक."

"राणे, यांच्याखेरीजही माणसं आहेत."

"काय करणार? आपल्या विश्वात आपल्याला एवढीच दिसतात."

"रिक्षा कशी चालते?"

"ती आहे म्हणून सर्वांचं भागतंय."

"तुमचा भाऊ?"

"एम.ए. करतोय, औरंगाबादला एका हॉटेलात वेटरचं कामही मिळालंय. जेवण सुटतं आणि दोन पैसे मिळतात चहापाण्याला झालं; एक वर्ष संपलं, की तोही येईल हाताशी. दोघांचा पगार येईल. रिक्षा चालवायला कोणी चालक ठेवू हे बिलो डिग्निटी वाटतं. प्राध्यापक लेबल आहे म्हणून बिलो डिग्निटी. बाकी पाच हजार कमवणाऱ्याची आजच्या दिवसांत डिग्निटी काय असते. मिस्टर अशोक घाटे, आपल्याच शहरातील भांडी घासणारी बाईही आपल्यापेक्षा कमी नाही, पण हजार एक जास्तच कमावते." कटू स्वरात राणे बोलत होते. त्यांनी आपल्या कपाटातून पुस्तक काढलं.

"चला, पाट्या टाकायला. सनावळीमध्ये मुलांना इंट्रेस्ट नसतो. बाकी किती माणसांनी किती युद्धात कितींना मारलं हे आपण शिकवायचं. सामान्य माणसाचा इतिहास लिहिलाय का कधी? सर्व राजे-रजवाडे... वर्तमानात तरी काय!... हे संस्थापक... कॉलेजचे. संस्थापक नाही संस्थानिक आणि आपण त्यांचे हुजरे..."

"आज एवढे का चिडलात?" अशोकनं विचारलं.

"आईचं मोतीबिंदूचं ऑपरेशन करायचंय. डोळ्यांत मोतीबिंदू येणं म्हणजे 'एजवाइझ रेग्युलर प्रोसेस' असं डॉक्टर म्हणतात, पण आमच्या मनीवाइझ प्रोसेस कसा आहे, ते आम्हालाच माहिती," राणे.

"मी... मी थोडेफार देऊ?..."

“किती द्याल?...” हताशपणे राणे म्हणाले, ‘आंधळ्याच्या मदतीला लंगडा ही गत.”

“गावी नाही पाठवत या वेळी.”

“म्हणजे पाचशे रुपये.”

“हो...”

“दहा हजार खर्च आहे.”

“एक सुचवू?”...

“हं?...”

“रोटरी क्लबचे आयकॅंप होतात. त्यात ऑपरेशन करवून घ्या. चांगले डॉक्टर असतात, फुकटात होईल.”

राणे विचारात पडले.

त्यांनी मग आवेगानं अशोकचे हात धरले.

“थँक्स घाटे, चांगला उपाय सुचवलात. मी करतो चौकशी.”

“मीही करतो. तुम्ही एकटे नाहीत...”

राणेंच्या डोळ्यांत पाणी तरळलं.

पीरिएड होता होताच प्यून नोटीस घेऊन आला.

सर्व जण प्रिन्सिपॉलच्या रूममध्ये जमले. सर्व जण असूनही फक्त फॅनचा आवाजच तिथं तीव्रतेनं जाणवत होता. प्राचार्य समोर चेअरवर बसून काही कागद चाळत होते. मध्येच बेल वाजवून त्यांनी प्यूनला चहा आणायला सांगितला. जणू चहा देऊन सर्वांचा सन्मान केला. तेवढ्यात घाईत संस्थापक आले.

“हं... चला पटकन आवरा. मला पुढे दुसरी मीटिंग आहे...” त्यांनी आल्या आल्या प्राचार्यांना सांगितलं. प्राचार्यांच्या चेहऱ्यावरचे आधीचे भाव बदलले. ओशाळं हसू त्यांच्या चेहऱ्यावर आलं.

“साहेब... हो... दोन मिनिटांत संपवू या.” मग ते सर्व प्राध्यापकांकडे वळाले.

“हे बघा, गव्हर्न्मेंटच्या नव्या घोषणाप्रमाणं आपल्याला कॉलेजमध्ये काही विभाग सुरू करायचे आहेत. हे काम किती खर्चीक आहे हे तुम्ही जाणताच. तेव्हा या महिन्यापासून... ” ते घुटमळले.

“...प्रत्येकाच्या पगारात दोन हजार कपात होईल...”

जोरात घण पडावा तसं झालं.

पगारवाढ सोडा, पण आहे त्याच पगारात कपात करायची?

राणे तडकलेच.

“सर... पगारात दोन हजार कपात म्हणजे कॉलेजच्या प्यूनलाही आमच्यापेक्षा जास्त पगार असेल.”

“त्याचा पगार पंधराशे केला आहे.”

“म्हणजे नगरपरिषदेच्या सफाई कामगाराला आमच्यापेक्षा कितीतरी जास्त पगार आहे.”

“मग सफाई कामगारच व्हा ना !”

“तिथंही नोकरी लवकर मिळत नाही म्हणून तर तुमच्या या कॉलेजमध्ये तडफडतो आहे.”

“सर, आम्ही वाट पाहतोय ग्रँट मिळण्याची. म्हणजे आम्हाला पूर्ण नियमाप्रमाणे सहाव्या वेतन आयोगाप्रमाणे पगार मिळेल; पण तुम्ही तर आमचा पगारचा कमी केला. मला गावी पैसे पाठवावे लागतात.”

अशोक राणेला गप्प करून समजावणीच्या सुरात म्हणाला.

“गावी कशाला?...”

“घरी शेत...”

“अरे वा! शेत आहे तर!... म्हणजे घरचे गब्बर...”

“नाही सर... कोरडवाहू शेती आहे. मराठवाड्यातले पावसाचे हाल तुम्ही जाणताच,” अशोक.

“एनी वे... जे ठरलं ते तुमचा पगार पुढच्या महिन्यापासून कमी होईल. एक महिना आधी यासाठी सांगितलं, की कोणाला कॉलेज सोडायचे असेल... दुसरीकडे प्राध्यापकी करायची असली तर करू शकता.”

“अरे वा! असं कसं तुम्ही आम्हाला सांगू शकता?” एक प्राध्यापक.

“सांगितलं ना... मी संस्थाचालक आहे. इथं मी म्हणेन तसं होईल. तुम्हाला मार्ग मोकळा आहे...” एवढं बोलून संस्थाचालक उठले आणि बाहेर निघून गेले. जीपचा भर्ऽऽ आवाज आला. बेदरकार.

सर्व सुन्न झाले होते.

अखेर राणेनं तडकून विचारलं,

“एवढ्या मोठ्या पदावर हे आहेत. ग्रँट मिळवायचा प्रयत्न का करत नाहीत? काय हो, सर... तुम्ही तरी काही उत्तर द्या.” प्राचार्याच्या टेबलावर जोरानं हात आपटत राणेंनी विचारलं.

प्राचार्यांचा चेहराही उतरला होता. त्यांची स्थिती प्राध्यापकांपेक्षा बरी

होती; पण इतर महाविद्यालयांच्या प्राचार्यांपेक्षा ते अत्यंत कमी पगारावर काम करत होते; पण ते संस्थाचालकांच्या विरोधात बोलू शकत नव्हते.

"मीही तुमच्यासारखा आहे, पगारवाढ मलाही हवी आहे; पण तुम्ही बोलू शकता; मी बोलू शकत नाही इतकंच."

"अरे, यांना ग्रँट नकोच असते. ग्रँट घेतली, की अनेक नियम पाळावे लागतात. प्राध्यापकांना पूर्ण पगार द्यावा लागतो. इथं तर नोकरी देतानाही पैसे घेतात. हे मुलांकडूनही पैसे घेतात, म्हणून तर आपल्याला काढण्याच्या मागं आहेत. नवीन प्राध्यापकांना घेताना पंधरा लाख त्यांच्याकडून घेतले जातात आणि संस्थेला ग्रँट मिळेल, या आशेनं गरजू देतातही आपण किती लाचार व्हायचं ते आपण ठरवायचं. चला, आपण सैरंध्री झालो आहोत..." राणे बाहेर पडला. सर्वच सुन्न होऊन बाहेर आले.

अशोक घरी पोचला. सुनीता धुणं वाळत घालत होती. एक घर सोडून दुसऱ्या कॉलेजचे कुलकर्णी राहत होते. त्यांचा बंगला दिमाखात उभा होता. सुनीता ते पाहून नाराज होती. दोघंही प्राध्यापक पण दोघांच्या परिस्थिती जमीन-अस्मानचा फरक होता.

"मी विचार करते आहे, धुण्याला तरी बाई लावावी. घरी धुणं-भांडी, झाडझूड करून मी थकते." आल्या आल्या तिनं म्हटलं तशी अशोक चिडला. कॉलेजमधलाही संताप बाहेर पडला.

"धुणंवाली आपल्या घरातली कामं आटोपून किती ठिकाणची कामं करते! ती नाही थकत?..."

"माझी कामवालीशी तुलना करता?"

"नाही, एका बाईची दुसऱ्या बाईशी तुलना करतो. कामवालीच काय पण गावी आईही शेतात काम करते ना दिवसभर!" त्याचं रागानं बोलणं ऐकून सुनीता आश्चर्यचकित झाली. ती गप्प बसली.

"जेवून घेता का?..."

"नको."

बाहेरच्या पलंगावर पडत अशोक उद्गारला. त्यानं डोक्यावर विषण्णपणे हात ठेवला. त्याचं डोकं गरम झालं होतं. नंतर त्याच्या लक्षात आलं. आपल्या गालांवरून डोळ्यांतलं पाणी वाहत आहे.

"काय झालं?" सुनीता जवळ येत म्हणाली.

"सुनीता ...दोन हजारानं पगार कमी होणार आहे."

अशोकच्या कपाळावरून फिरणारा सुनीताचा हात थबकला.

संध्याकाळी वेगळीच गडबड उडाली. आबांनी अशोकला फोन लावला होता.

''तुझी माय सकाळीच तिकडं यायला निघालीय. पोचली व्हय तिथं?..''

''माय?... नाही आबा. माय इथं नाही आली.''

''आसं कसं व्हील रं? सक्काळीच गेली व्हती ती. मी शेतात व्हतो म्हून ती एकटी निघाली.''

''अरे राम... कुठं गेली असेल माय?'' अशोक धक्का लागून बोलला.

समोरून आबा तं रडायलाच लागले.

''आबा, तुम्ही बसवून तं द्यायचं मायला.''

''आरं, मी नांगरट करत व्हतो. तुझी माय म्हन्ली बशीत बसवायला कुणी बी यायची गरज न्हाई. माजी मी बशीन. आता मला काय म्हायती ती अशी हरवल. बरं, इथल्या इथं दोन तासाचा तं प्रवास हाय.''

''हो ना आबा. ती सकाळी निघाली म्हंजे आत्ता येऊन 'जुनी' झाली अस्ती. आबा... मी आधी बसस्टँडवर जातो. मायला शोधतो.''

अशोकनं घाईनं फोन ठेवला.

''सुनीता, घोटाळा झालाय. आई सकाळीच इकडे यायला निघाली, पण अजून इथं पोचली नाही. चल, आपण बसस्टँडवर शोधू नाही सापडली, तर मी लगेच गावी जातो. तू मात्र इथं राहा. आई इकडे आली, तर घराला कुलूप नको.'' अशोकचे हात कापत होते. सुनीतानं त्याला धीर दिला. पण खरंच आपली सासू कुठं गेली असेल, या विचारानं तीही अस्वस्थ झाली.

दोघं सैरभैर होऊन बसस्टँडवर शोध घेत होते. पण आई काही दिसत नव्हती. अखेर अशोक कंट्रोलरूममध्ये गेला. मोठ्या जड जिभेनं त्यानं तिथल्या अधिकाऱ्याला विचारलं. ''साहेब, सेवलीकडून इकडे येणाऱ्या बसला अपघात तं झाला नाही?...'' अधिकाऱ्यानं वेड्याकडे पाहावं तसं त्याच्याकडे पाहिलं.

''नाही...'' तुटक उत्तर.

''साहेब, सेवलीहून माझी आई निघाली होती. सकाळीच; पण अजून तर पोचली नाही.'' अशोकच्या डोळ्यांत पाणी दाटलं... ''साहेब, काय करू?''

समोरच्या माणसाला थोडा पाझर फुटला. ''एक काम करा, इथल्या आणि सेवलीच्या बसस्टँडजवळच्या पोलीस स्टेशनमध्ये तक्रार नोंदवा. बाकी घाबरू नका.

अपघात वगैरे काही झाला नाही. सापडेल तुमची आई...''

अशोक सेवलीला पोचला. घरी सर्वच चिंतेत पडले होते. सकाळपासून आबानं काही खाल्लंही नव्हतं.

''अशक्या, काय झालं असलं रं तुज्या मायला?'' ते अधीर मनानं विचारत होते.

''आबा, माय येईल परत. तुम्ही धीर सोडू नका.'' अशोक त्यांना, धाकट्या भावाला धीर देत होता

आणि तेवढ्यात घरातल्या पोरांचा गलबला झाला.

''आजी आली, आजी आली.''

सगळे धावत अंगणात आले.

माय आत आली आणि तिनं बसकण मारली. हमसून हमसून रडू लागली.

''माय, तू कुठं होतीस?''

''पार्वती, अगं सांग, तुला काय झालं?''

''मी हरवली व्हती,'' माय रडत म्हणाली.

''पन... अशी कशी हरवली?'' आबा.

''आवं, चार-पाच बशी स्टँडावर उभ्या व्हत्या. एकाला इच्चारलं औरंगाबादची बस कोणती. त्यानं दाखवली त्या बशीत बसले. दोन गावं आल्यावर तिकिटवाला आला तवा कळालं, की चुकीच्या बशीत बसले. जिवानं थारा सोडला बगा माज्या. पुढल्या गावी उतरले तं बसला लई येळ हुता. जीव मुठीत धरून बसले बगा. सेवलीची बस आली तं बसले न् परत आले.''

''माय, अगं बसवर पाट्या असतात. पाटी नाही पाहिली का?...'' अशोक.

''पाटी वाचायला वाचता कुठं येतं रं अशक्या !'' अशोकनं डोक्याला हात लावला.

त्यानं सुनीताला लगेच कळवलं.

''आई सुखरूप आलीय. पण खूप घाबरली आहे.''

तिनं सुटकेचा नि:श्वास सोडला.

''चला बरं झालं. आता एक काम करते... मी येते त्यांना भेटायला.''

''ये..'' अशोकनं फोन ठेवला.

वातावरण निवळलं होतं. काळजीचं वातावरण आता चिडवण्यात बदलू

लागलं.

"माये तुला एकटीला फिरून यायचं होतं ना? बरं कारण काढलंस..." अशोक.

"आनं घाबरायचं कामुन? हुकली तं हुकली गाडी. नव्या पोरी दुसऱ्या देशात एकल्या जातेत. त्यांना भय न्हाई वाटत आन् तुला म्हातारीला कोन काय करील," आबा.

"आवं; असं कधी झालं नव्हतं न्हवं. या आधी जिवानं ठावच सोडला माज्या."

"माय, तुला कधीचं म्हणतो मी वाचण्यापुरतं शीक. पण तू कधी ऐकलंच नाहीस. वाचता आलं असतं तर असं झालं नसतं..."

"हा खरं हाय पोरा. पन् शाळंत कसं जावं...? म्हातारपणी."

"शिकण्याचं वय कधी म्हातारं होत नाही माय. जेव्हा हवं तेव्हा माणूस शिकतो. तू आणि आबा नाही पिकावर नवे रोग पडलं, की कोणती नवी औषधं टाकायची, ते शिकता, तेही शिकणंच आहे."

रात्र होत आली. सुनीता येऊन पोचली. पुन्हा चिडवाचिडवीला रंग आला.

अशोक मात्र बाहेर बसला होता. गंभीर होऊन. त्याला कॉलेज आठवत होतं, कमी केलेला पगार आठवत होता. तीन हजारात प्राध्यापकी करायची? बेदरकारांसोबत? आपला अपमान आठवून संतापही येत होता.

...पण इकडे गावातच किती व्यक्ती आहेत, ज्यांना शिकवणं आवश्यक आहे. इथं शाळा आहे. शाळेत चांगल्या शिक्षकाची आवश्यकता आहे. इथं राहून आपण चांगलं काम करू शकू. सुनीताही येईल मदतीला. जमेल तेवढी शेतीही करू.. माय म्हणते ते खोटं नाही. पोट आहे तेवढंच आहे. पोटाला भाकरी न् कोरड्यास पुरतं. कशाला तिथं अपमानित जीवन जगायचं? इथं सन्मानानं जगता येईल. त्याचा विचार निश्चित झाला.

रात्री जेवणं झाल्यावर सर्व ओसरीवर बसले.

"माय, तू शिकशील ना?..."

"आरं, इथं खेड्यात शाळंला बाहेर गावचे शिक्षक यी ना झाले. पोरं कोऱ्या पाट्या घिऊन परत येतेत न गुरामागं जातेत. शिकत्या पोरांची ही गत तर माज्या म्हातारीची काय गत?..."

"मी शिकवलं, तू शिकशील?" अशोक.

"तू तिकडं औरंगाबादेत."

"मी इथं आलो तर...? औरंगाबाद सोडून?"

सगळ्यांनी चमकून पाहिलं.

आबा आधी भानावर आले.

"पोरा, तू येवढं शिकलास, यमे झालास अन् इथं शाळेत?..."

"आबा, माझ्या शिक्षणाची इथंच गरज आहे. मी पक्का विचार केला आहे. फार तर काय पैसा कमी येईल, शानशौकीत राहाता येणार नाही; पण तिथंही फार चांगली परिस्थिती नाही. विचारपूर्वक मी निर्णय घेतला आहे. सुनीता..."

त्यानं सुनीताकडे पाहिलं. तिचा चेहरा नाराज होता.

"सुनीता, सॉरी. पण मी हा निर्णय घेतला आहे आणि या कामात सुनीता तू मला साथ देशील, याची मला खात्री आहे. औरंगाबादेत तू दिवसभर घरी बसून असायची; पण आता इथं तुला खूप काही करता येण्यासारखं आहे. इथल्या आईच्या वयाच्या बायकांना तू शिकवायचं. त्यांना एकत्र आणायचं. त्या कितीतरी पदार्थ करू शकतात. पापड, खारोड्या, तांदळाचे पदार्थ, या सर्व गोष्टींना शहरात मागणी आहे. आपण या पदार्थांसाठी बाजारपेठ शोधू. तु हे सर्व काम करायचंस."

सुनीताचा चेहरा उजळला.

"मी करेन. नक्की."

"हं, प्रसंगी साधंसुधं राहून. कधी अर्धपोटी... कधी भरल्यापोटी ...जमेल?" अशोक.

"हो जमेल."

"आता यानंतर माझी मायच काय; पण दुसऱ्या कोणत्याही व्यक्तीनं चुकीच्या बसमध्ये जायला नको." सगळे हसले.

मायच्या डोळ्यांबरोबर मनही भरून आले होते.

◆◆◆

१३. पाषाण

संध्याकाळ होता होता ते पूर्ण कुटुंब गावाला पोहोचलं. गावाची चौफुली ओलांडून आत आलं. नवरा-बायकोच्या नजरा वस्तीचा शोध घेत होत्या, आदमास लावत होते. गावाच्या पश्चिमेकडे सर्व कार्यालयं होती. मध्ये मुख्य रस्ता. रस्त्याच्या एका बाजूला कॉलनी एका बाजूला झोपडपट्टी. ऑफिसमधून घरी जाणारे लोक रस्त्याच्या कडेला बसलेल्या भाजीवाल्यांकडून भाजी घेत होते.

नवरा-बायको खूश झाले. त्यांना हवी तशी सर्व तऱ्हेची लोकं असलेली ती वसाहत होती. मुख्य गावात जायची गरज नव्हती. रस्त्याच्या बाजूला मंदिराच्या भिंतीलगत एक मोठं झाड सावली धरून होतं 'चॅकचॅक' करत त्यांनी सोबतच्या गाढवाला त्या झाडाखाली आणलं. झाडालगत फारशी वस्ती नव्हती. त्यांनी झाडाच्या बुंध्याला गाढवाला बांधला.

"चला रं पोरांनो," बापूनं हाळी दिली. ठोकरत चालणारी पोरं धावत झाडाखाली जमली.

"चला, गाढवास्नी मोकळं करा." बापू म्हणाला. दोघी पोरी धावत आल्या. संत्यानं ऐकून ऐकू न आल्यासारखं केलं.

"कामुन संत्या, तुला ऐकू यीना झालं व्हय? उतरव की सामान."

आता मात्र संत्या पुढे आला. बहिणींसोबत काम करू लागला. बघता बघता झाडाखाली तीन दगडांची चूल. चार गाडगी आणि पथारी आली. पोरींना पुढे काय करायचं माहिती होतं. त्या बाजूच्या मोकळ्या जागी भिरभिरल्या. काड्या, चिपाटं, शेण्या गोळा केल्या. एक पोरगी डेक घेऊन मंदिरात गेली. तिथल्या नळातून पाणी घेतलं.

"माय, पानी तिथं मिळालं बग. कुटं शोधाय जावं न्हाई लागलं."

"बरं झालं..." माय पदरानं घाम टिपत म्हणाली.

दोन्ही पोरी न् संत्या पुन: पांगले.

बाजूला बरीशी वस्ती होती.

"भाकर द्या वं माय ऽऽ" कोणी इथं, कोणी तिथं जाऊन हाळी देऊ लागली.

पोटातली भूक आपोआपच हाकांसोबत व्यक्त होत होती.

"कोण गं तुम्ही? नवीन दिसता."

"व्हय. डोंबारी हायेत आमी..."

कोणी पोळ्याचे दोन कुटके, कोणी भाजी असं दिलं.

"सकाळचं या ग. सकाळी बरंच उरलेलं असतं." कोणी कणव येऊन म्हणायचे.

"व्हय."

पोरी मिळालेलं अन्न घेऊन आल्या. मायनं दगडाची चूल पेटवली, पाणी उकळलं, उकळत्या पाण्यात आलेलं अन्न सोडलं. त्याला आणखी थोडं जवळचं पीठ न मीठ लावलं. जे काही चुलीवर शिजलं ते अन्न सर्वांनी मिळून खाल्लं.

"आता उद्या दोरी बांधू. वाहता रस्ता हाये. मिळकत व्हईलसं वाटतंय."

"पोरींनो, उद्यापासून दोरीवरचं काम करायचं."

"व्हय."

पोरासंकट सर्व कुटुंबानं कंबर कसली.

ooo

सकाळीच पोरी उठून दहा घरी गेल्या. मोठ्या पन्नीत घरोघरचं उरलेलं अन्न घेऊन आल्या. 'आपण चूल पेटवायची नाही' या श्रद्धेला तडा न जाईल असं मागणं अन्न देऊन गेलं. ऊन उतरू लागलं तसं बापूनं संत्याच्या हातात लोखंडाची गोल रिंग दिली. संत्यानं सवयीप्रमाणे ती दोन्ही हातानं पेलून धरली. बापूनं धोतराचा काष्टा मांड्यांपाशी कसून घेतला. थोडं अंतर त्या रिंगापासून दूर गेला. श्वास खोलवर घेत आत रोखला आणि चपळपणे धावत येत त्या रिंगमधून पलीकडे उडी मारली.

"येक..." संत्यानं म्हटलं. बापूनं आणखी एक उडी घेतली.

"दोन"... संत्यानं आकडे मोजले.

दहापर्यंत आकडे मोजले. बापू नंतर धपकन जमिनीवर बसला. त्याचं ऊर धपापत होतं.

"कामुन... काय झालं वं?..." बायकोनं विचारलं.

"संत्यांची आई, म्हातारपण पायालगत यायलंय बग. दहा उड्या मारल्या तं छातीचा भाता व्हायलाय."

"असं म्हणून कसं चालेल? आपण डोंबारी. खेळाबिगर कसं व्हायचं? पोरी बी करत्येत की कसरती. तुम्ही कामुन घोर लावून घेता?..."

"हां. पन पोरीबी किती दिस करतील? पदर आला की पोरींना बसवावं लागतं आनि हा आगीचा खेळ तं मीच खेळणार न्हवं? अजून संत्याला बी आगीत ढकललं न्हाई." बापू.

"कधी ना कधी तं संत्याला ढकलावं लागलंच ना वं! आन तुमाला काय वाटतं... संत्याला रिंगणातून उडी मारता येत न्हाई? तुमी भायेर ग्येलात की पोरीन्ला रिंगण धराया लावतो न् उड्या घेतो."

"काय सांगती!"

"मंग... दनादन उड्या मारतो. हां. पर... आगीतून न्हाई मारली कधी. त्येवढं शिकवा."

"ह्ये बरं जालं. आता पुढचे काही रोज त्येला शिकवतो बग. डोंबाऱ्याचं पोर शोभलं पाह्यजेल."

दोघी पोरी आणि संत्यानं मिळून एव्हाना बांबूवर दोरी कसली होती. दोरी चांगली घट्ट बसली की नाही हे तिघं मिळून बघत होते.

○○○

बांबू हातात घेऊन पोरी दोरीवर चालू लागल्या. अंगठ्यात दोरी पकडून दोरी झुलवू लागल्या. शरीर पार आडवं होईतो पोरी उभ्यानं अशा झुलायच्या की बघणाऱ्याचं काळीज लकलक व्हायचं. सात-आठ वर्षांच्या आत-बाहेरची ती काटकुळी शरीरं जणू काही त्यावेळी परमेश्वरच तोलून धरायचा. इवल्याशा डोळ्यांत त्यावेळी चैतन्याच्या ठिणग्या चमकू लागायच्या.

सोबतीला संत्याचं डफडं बोलू लागायचं.

वारे बहाद्दूर माझ्या ताई माई... कशा झुलताव...देवाच्या दारी खुलताव...

...त्याचे हात डफड्यावर ताल धरून असायचे.

आता आणखी गर्दी झाली. दिस अंधारला तशी बापूनं रिंगणाचे पलिते पेटवले.

"दिल सम्हालके बैठो. देखो आगमें से कूदनेका करिस्मा... जिंदा आदमी

कूदता है रेऽऽ...'' संत्याचा आवाज टिपेला जायचा. अधिक खुलायचा. हे सर्व बापूनं शिकवलेलं.

बापूनं रिंगणापासून अंतर घेतलं... बापू धावत आला. पेटलेल्या पलित्यातून अल्लाद उडी मारली.

''येक...'' संत्या मोजू लागला.

बापाचं शरीर संत्या पाहत होता. तेल लावलेलं शरीर आगीच्या रिंगणातून जाताना क्षणभर ज्योत होऊन जायचं.

''दोन...'' बापाची आणखी एक उडी. पाचपर्यंत उड्या मारल्या आणि बाप थांबला.

''कामुन रं गड्या... कामुन थांबलाव?'' संत्यानं आपलं आश्चर्य लपवलं. बाप दहा उड्याखेरीज थांबायचा नाही. आज पाच उड्या मारून बाप थांबला!

''आरं अंग लचकलं. ह्ये बग, ह्ये बग...''

बापानं तालासुरात म्हटलं आणि अंग लचकून दाखवलं. गर्दीला हसू फुटलं.

''मग जाऊ की डाक्टरकडं. सुई बी टोचून घिऊ.''

''पैसा तुहा बाप दील व्हय?...''

''हायेत की आपले मायबाप हिथं...'' उड्या मारत संत्या गर्दीपुढे हात पसरून फिरू लागला. एक दोन रुपये जमा होऊ लागले.

रात्र झाली. गाव आता दारं बंद करून घरात जाऊन बसलं. झाडाखाली मात्र जाग होती. मंदिराचा मंद प्रकाश तिथंवर येत होता.

झाडाखालच्या पालात सर्वांनी कुटके खाल्ले होते. कुठलं तरी मशिनीतलं तेल माय बापूला लावत होती. बापू कळवळत होता. ''लईच दुखतोय खुबा. उडी मारताना काय झालं म्हायती न्हाई. पण येकदम लचक भरली. गावातला पहिला दिस हा असा...''

माय पाय चोळता चोळता बोलली...

''ह्ये बगा. लई दिसाचं पाहतेय. तुम्ही थकताव. पह्यलेचं तरणं शरीर कुटं राह्यलंय. आता कुरबुर सुरुच व्हनार. या तेलानं बरं वाटंल बगा आनि पह्यल्या दिसाचं म्हनाल तं कमाई नादर झाली. लोकं बी लई जमले हुते. उद्या येक अंड आन्ते न् खाऊ घाल्ते.

आई बापाला उभारी देत होती. पण बापाला वेदना होतच होत्या.

ooo

दुसरा दिस. साऱ्या सकाळच माय उठली. झाडावर पक्ष्यांची कलकल सुरू झाल्ती. पोरं डबे घेऊन जरा दूर, रस्त्याच्या कडेला बसली.

संत्या परत आला तं आई देवळाच्या पुजाऱ्याशी तंडत बसली होती.

"उलिसं पानी घेतलं म्हून काय झालं... तुमचा द्येव मना करतो व्हय? द्येवाला समदे सारखे असत्येत."

"कोण कुठल्या जातीचे..." पुजारी.

"हांऽऽ...जात काढायचं काम न्हाई. लगे अंमलदाराकडं जाईन. तुमची तक्रार करीन. कायदा आमी बी जाणतो."

पुजारी करवादला.

"सरकारनं डोक्यावर बसवून ठेवलंय तुम्हांला."

"मंग किती दिस पायाखाली ऱ्हायचं?..."

पाणी मिळवण्यासाठी शाब्दिक युद्ध चालू होतं.

अखेर पुजारी वैतागला... "जा बाई घेऊन पाणी पण देवळाभोवती घाण करू नका." त्यानं पडतं घेतलं.

"न्हाई बाबा, आमचं बी काम वंगाळ न्हाई. झाडून सडा घालून नेटकं ठुईन. चार हंडे पानी घिऊ या इतकंच. आम्ही काय दोन म्हयने न्हानार न पुढे जाणार. गाढवाच्या पाठीवरचं घर आमचं... येकदा ऊस निघाला की ऊस तोडाया जाऊ."

गाडगी भरता भरता माय बोलत होती. पुजाऱ्यांशी भांडण तिलाही नको होतं.

तोवर पोरी आल्या. कॉलनीतून बरंच अन्न मिळालं होतं. मायचा चेहरा खुल्ला. तेवढ्यात संत्या आला.

त्यानं जपून आणलेलं अंडं आईच्या हाती दिलं.

"कुठून आणलं?"

"माय झोपडपट्टीकडं गेलतो. तिथं एका झोपडीत कोंबड्या व्हत्या. येक अंगणात सुस्त बसली व्हती. मी नजर ठुली. तिनं अंडं दिलं घिऊन आलो."

"संत्या कोंबडी बी आनायची व्हती रे. लई दिस झाले वशट खाऊन." पोरगी म्हणाली.

तेवढ्यात बापू मध्ये पडला.

"अंहं. येवढ्यात न्हाई संत्या. आल्या आल्या चोरी करशील तं त्येन्च्या लक्षात यील. आठ-दहा दिस जाऊ दे, मंग पाहू. बरं... थोडं तेल लाव बरं. खुबा

दुखायचा थांबना ग्येला.''

संत्या तेल लावत होता. बापू कळवळत होता.

''जरा दमानं रं पोरा...''

संत्याची माय मात्र काळजीत पडली.

''तुमच्यानं आज रिंगणाचा खेळ व्हनार न्हाई असं दिसतं. काय करावं?''

''माय, मी करू खेळ?''

''तू?''

''हां माय. मी रिंगणातून उडी मारतो. जमतं मला त्ये. फक्त ते पलिते...''

''त्येच तं अवघड हाये पोरा. जरा उडी मारणं रेंगाळली तं चटके बसतेत आन् नजर मरेतोवर तं घाबरूनच तोल जातो. आपलं डोंबाऱ्याचं आयुष्य समदं तोल सावरण्यावर तं असतं.''

''पन् मी म्हन्ते, पोरगं म्हन्तं हाय तं करू द्या. कधी न् कधी आगीत पाऊल टाकायचं हायच की त्याला.''

''आग, पन् वय....''

''यील, समदं यील. लहान वय जास्त चपळ असतं. कोकरावानी.''

''काय रं... काय म्हंती माय!''

''हां बापू- आज मी करतो रिंगनाचा खेळ.''

''बरं कर. जमतं का बघू आज... पोरा इकडं ये.'' संत्या बापूजवळ आला. बापूनं त्याच्या अंगावरून हात फिरवला, स्नायू दाबून पाहिले. खोल कोरड्या विहिरीत पानी चमकलं.

''पोरा...मऊ कातडं हाये तुजं. व्हईल. गेंड्याचं व्हईल. लई तावून सुलाखून निघावं लागतं. येक सांगतो... हा खेळ असतो. खेळात रडणं नसतं पोरा. खरं रडणं बी हसन्यावारी घालवावं लागतं. या हाताला चटका बसला तं त्या हाताला कळाला न्हाई पायजेल. लोकं डोळ्यांतलं पानी पाह्यला आलेले नसतेत. त्येन्ला आगीशी खेळणारं आयुष्य पाह्यचं असतं...आलं लक्षात? चटका सहन करायचा पोरा.''

बाप काय सांगतो ते बऱ्याचदा संत्याच्या लक्षात यायचं नाही. फक्त आपण रडायचं नाही हे त्याला कळलं.

संध्याकाळ झाली. हळूहळू माणसं जमा झाली. पोरी दोरीवर चालू लागल्या. पायानं दोरीला झुलवू लागल्या. आज बापूनं डफडं हाती घेतलं. जिभेवरचे शब्द टणाटण उडू लागले.

थोडा अंधार होत आला. बापूनं पलिते पेटवले.

"जमुरे... खेळायस्नी तैयार हाय न्हवं?"

"व्हय..."

"आज काय करनार?..."

"आज आगीतून उडी मारनार..."

"आधी मारली व्हती...?"

"न्हाई..."

"मंग द्येवाला नमस्कार कर आन कर..."

"देव कुटं हाय?"

"ह्ये समदे जमा झालेले लोकं द्येव हायती..."

"द्येव फुलं उधळतेत म्हन्तात..."

"पब्लिक बी उधळेल... फुलं न्हाई जमुरे... पैसा. फुलानं पोट भरतं व्हयं रं...?"

संवाद चालले होते.

संत्यानं पब्लिकला वाकून नमस्कार केला. बापूच्या पायाला हात लावला...

मायनं न् बहिणीनं रिंगण हाती धरलं. चांगलं धडधडून रिंगण पेटलं.

संत्या रिंगणापासून दूर गेला.

धावत येऊन तो उडी मारणार तोच थबकला. धडधडून पेटलेलं रिंगण पाहून गांगरला.

बापूनं डफड्याची लय वाढवली.

"जमुरे क्या हुआ? डर गया?..."

"नहीं..." पण त्या नही मध्ये काही जोर नव्हता. तो घाबरला हे बापूनं ओळखलं.

"जमुरे आगसे डरना नहीं! सारी जिंदगी आग असते जमुरे. आगीत होरपळावं तसं जगावं लागतं. है ना मायबाप?" बापूनं गर्दीला उद्देशून म्हटलं. गर्दीनं मान डोलावली. पण गर्दी आगीचा खेळ पाहायला उत्सुक होती.

माय संत्याजवळ गेली. तिनं संत्याला कोपरानं डिवचलं.

"संत्या, मार उडी... चुलीवरची कोंबडी तुजी वाट पाहायलीय."

संत्या आता आवेशात आला.

त्यानं धावत येऊन उडी मारली.

बापू श्वास रोखून पाहत होता.

संत्याची मांडी बाजूच्या कडीला लागलेली त्यानं पाहिली. पब्लिकनं टाळ्या वाजवल्या.

"येक..."

"जमुरे... जमलं बग... आता आणखी येक...चल."

संत्यानं वेदना लपवल्या. तो पळत आला. रिंगणाच्या बाहेर आला. पण दुखऱ्या मांडीमुळे पुन्हा काही तरी सूतभराचं गणित चुकलं...

"दोन...जमुरे...चटका बसला व्हय रे?"

"नाही बापू..." संत्या लटकं म्हणाला.

"पुन्हा एक उडी.

केस जळाल्याचा वास आला.

संत्यानं केस झटकले.

"जमुरे... कुटं भाजलं रे?"

"भाजलं तं भाजलं. आपल्याला पर्वा न्हाई." संत्या छाती रुंदावून हसत म्हणाला.

"वा रे मेरे पठ्ठे..."

लोक टाळ्या वाजवत होते. त्या टाळ्यांची नशा संत्याला चढू लागली. त्या नशेपुढे तो वेदना विसरला.

हळूहळू सावल्या गडद झाल्या. लोक जायची घाई करू लागले. दोघी पोरी सर्वांपुढे थाळी घेऊन फिरू लागल्या.

"पैसे द्या साहेब... दोरीवरच्या खेळाचे... आगीच्या खेळाचे... आगीच्या खेळाचे.. आमच्या जिवाचे... द्या साहेब."

लोक खिशातलं नाणं टाकत होते.

हळूहळू लोक पांगले.

मायनं घाईनं चूल पेटवली. मीठ, मोहऱ्या आणून संत्याच्या अंगावरून उतरवल्या. जाळात टाकल्या. तेवढ्यानंही तिचं समाधान झालं नाही. तिनं परातीत पाणी घेतलं. कागद संत्याच्या अंगावरून उतरवून, पेटवून गाडग्यात टाकला आणि गाडगं पाण्यात पालथं घातलं. काही क्षणांनी परातीतलं पाणी बुडबुड करत गाडग्यात शिरलं.

"बघा वं... किती दृष्टावला होता पोर!"

"झाली तुझी दृष्ट काढून... थोडं तेल न हळद आण संत्याची माय..."

संत्याच्या आईनं तेल-हळद आणली. बापू संत्याजवळ आला.

"जमुरे ऽऽ....काय हाल आहेत?..."

"लई नादर..." संत्या वेदना लपवत बोलला. बापूनं संत्याला हृदयाशी धरलं.

"आता खरं खरं बोल बाबा. समदी नाटकं लोकांम्होरं करायची, आई बापापाशी मातुर दुःख सांगायचं..."

"जमुरे... पह्यली उडी... येक..." बापू डोळ्यांपुढे ते दृश्य आणत होता. संत्याची मांडी गरम कडीला लागली होती... बापूनं हळद-तेल मांडीच्या जखमेला लावलं..."

"मायेऽऽ" पोर कळवळला.

"व्हय व्हय... दम धर पोरा..."

"जमुरे... दुसरी उडी...दोन..."

"डोळ्याला भाजलं व्हतं नं रे..."

बापूनं डोक्यावरचे केस बाजूला केले. मध्ये भाजलेला चट्टा दिसला. त्यावर तेल-हळद लावलं.

वेदनेनं सत्या नाचू लागला.

"अरे माजा जमुरा, असा भ्यायलाय व्हय? अरे, असे तं लई चटके सहन करायचे हायती तुला. तवा कुटं खण्णक शरीर व्हईल. दगडावाणी. वडाराची जात हाय आपली! दगुडाला घडविणारे आपण आपलं. अंग बी असंच पाह्यजेल. टाकी चं घाव बसलेलं." बाप बोलत होता. संत्यानं वेदना दाबली.

बापू शोधून शोधून जखमेला हळद लावत होता. 'माय' चे डोळे त्यावर फुंकर घालत होते.

आज भलतंच विपरीत झालं होतं. पाषाणातून देवांच्या, माणसांच्या मूर्ती घडतात. आज माणसातून 'पाषाण' घडत होता.

◆◆◆

www.ingramcontent.com/pod-product-compliance
Lightning Source LLC
LaVergne TN
LVHW090000230825
819400LV00031B/463
* 9 7 8 9 3 5 1 1 7 0 9 1 4 *